மழையாலும் வெயிலாலும் ஆனவர்கள்

மழையாலும் வெயிலாலும் ஆனவர்கள்

ஜே. மஞ்சுளாதேவி

எழுத்து
பிரசுரம்

Title: Mazhaiyalum Veyilalum Aaanavargal
Author's Name: J. Manjuladevi

Published by Ezutthu Prachuram

Ezutthu Prachuram
(An imprint of Zero Degree Publishing)
No. 55(7), R Block, 6th Avenue,
Anna Nagar,
Chennai - 600 040

Website: www.zerodegreepublishing.com
E Mail id: zerodegreepublishing@gmail.com
Phone : 89250 61999

Ezutthu Prachuram First Edition: January 2024
ISBN: 978-93-95511-68-1
TITLE NO EP: 489

Cover Design: Vijayan, Creative Studio
Layout: Vidhya Velayudham

அன்புடன்

ஏராளமான பெண்களை எழுதத் தூண்டிக்கொண்டிருக்கும்
என் மதிப்பிற்குரிய எழுத்தாளுமை அம்பை அம்மாவுக்கு...

என்னுரை

மொழிகளின் அரசி கவிதை, ஆனால் தற்காலத்தில் செல்வாக்கு ஓங்கியிருப்பது புனைகதைகளுக்குத்தான்.கவிதை நூல் நூறுபடிகள் விற்றுவிட்டால் ,அவர் மிகப்பெரிய கவிஞர் என்று ஒரு பதிப்பாளர் பேசிக்கொண்டிருந்தார். உண்மையில் மனிதன் கவிதையால் ஆனவன் என்பதைத்தான் "மழையாலும் வெயிலாலும் ஆனவர்கள்" என்கின்றேன். தற்போது தமிழகத்தையே பேசவைத்த "மிக்ஜாம்" புயல் ஏராளமான தீமைகளைத் தந்தது என்பதில் ஐயமில்லை, ஆனால், கைக்குழந்தையைக் காப்பாற்றித் தூக்கிச் செல்லும் காக்கிச் சட்டை அணிந்த போலிஸ்காரரைப் பார்த்தோம். இப்படித்தான் காற்றும் மழையுமான இயற்கை மனிதர்களின் கையைப் பிடித்துக்கொள்ளும். மனிதர்கள் மழையாலும் வெயிலாலும் செய்யப்படுகிறார்கள் என்பதே இதன் தொகுப்பின் பேசுபோருள். மகிழ்ச்சியின் போதும், தாளாத துயரத்தின்போதும், ஏதோ ஒரு பாடலின் ஏதோ ஒரு வரியைப் பிடித்துக்கொண்டே பலரும் கடந்து வருகிறோம். இப்படி மனித வாழ்வில் கவிதைக்கான இடம் என்பது விநோதமானது. அன்பைப் பெற்றுக்கொள்வதும், திரும்பப்பெற்றுக்கொள்வதுமான தருணங்களும் இயற்கை நம் உச்சியில் கை வைத்து ஆசிர்வதிக்கும் தருணங்கள்.சக மனிதர்களைக் கொண்டாடுவதைத்தான் என் கவிதைகள் பேசுகின்றன.

"கல்பேச்சு" கவிதைகள் முகநூலில் வந்தபோது, என் ஆசிரியரும் கவிஞருமான கவிஞர் சிற்பி, இது குறித்து உரையாடி எனக்கு வழிகாட்டினார். அவருக்கு என் மனம் நிறைந்த நன்றிகள். என் கவிதைகளின் முதல் வாசகரான என் இணையர் மு.ஹரிஹரகுமார்க்கும், முதல் திறனாய்வாளரான என் மகள் காதம்பரிக்கும், என் மகன் தருண்சிற்பிக்கும் என் அன்பு. குறுகிய காலத்தில் இந்த நூலை அழகுடன் அமைத்து வெளியிட்ட ஸீரோ டிகிரி பதிப்பகத்தின் ராம்ஜீ சாருக்கும் காயத்ரி மேடமுக்கும் மிக்க நன்றி.

ஜே.மஞ்சுளாதேவி

நேசத்தைச் சூடிக்கொண்ட வெயில்

உச்சி வெயில்
கண்ணை மூடினால்
கருங்கம்பளி நடுவில்
வெள்ளிப் பாம்பு நெளியும் அளவு வெயில்
அடர் பச்சை நிற வெங்காயக் காட்டில்
சட்டையுமின்றி நின்றுகொண்டிருந்தார் அவர்.
யாரென்று தெரியாத அவரைப் பார்த்து
கோபத்துடன் கேட்டாள்
வெயில்ல எதுக்கு நிக்கறீங்க
உங்க முளைக்காத வெங்காயத்தத்
தூக்கிட்டுப் போக யாரும் வரமாட்டாங்க.
சிரித்துக்கொண்டே கேட்டார் அவர்
இந்த வெயில்ல நீ எங்க போற.
நேசத்தைச் சூடிக்கொண்ட வெயில்
சட்டென்று ஒரு நொடி குளிர்ந்தது.

உலகத்தை இரண்டாகக் கீறுகிறேன்

பூனை நடையை சிலாகிக்கிறவர்களைக் கண்டு
சிரித்துவைக்கிறேன்
பாவம் அவர்கள்
ஆட்டு நடை காணாதவர்கள்.

நடக்க முடியாமல்
ஒரு நீள் கோலூன்றி நடக்கும்
வீராயி மேய்க்கும் ஆடுகள்
தளர் கட்டுப் போட்ட முன்னிரு கால்களை
மாற்றி மாற்றி அடி எடுத்து
நிறைந்த வயிற்றோடு
காதுகள் ஆட ஆட
நடந்து வருகையில்
நல்ல மேவு தந்த பூரிப்பால்
ஏற்கனவே முகமெல்லாம்
காக்கைக் கால் பதிந்ததாய்
நிறைந்த வரிகளுடன்
இருக்கும் வீராயிக்கு
இன்னும் நாலு சுருக்கங்கள்
அதிகமாகியிருக்கும்.

தாவு கட்டுப் போடமாட்டேன்
வாயில்லா சீவனுக
நடைக் கட்டுதான் எப்பவும்

என்று சிரிக்கும்போது
மாலை நேரத்துப் பூக்கள்
மணக்கத் தொடங்கியிருக்கும்.

உலகத்தை இரண்டாகக் கீறுகிறேன்
இப்படி
ஆட்டு நடை பார்த்தவர்கள்
ஆட்டு நடை பாராதவர்கள்.

மழையாலும் வெயிலாலும் ஆனவர்கள்

மழை வரும் போல் இருக்கிறது
காற்று குளிர்ந்தடிக்கிறது
மழைக் காலத்தை விடவும்
அழகாய்த் தோன்றுகிறது
மழை வரும் என்று நம்பிக்
காத்திருக்கும் காலம்
வேக வேகமாய் காய்கள் விற்கத் துவங்கின.
பேரம் நீண்டு போகாமல்
கேட்ட விலைக்கு
விற்றுக்கொண்டும்
வாங்கிக் கொண்டும்
மக்கள் நகர்ந்துகொண்டிருந்தார்கள்.
நல்லா அடிச்சுப் பெய்யப் போகுது என்று யாரோ ஒருவர்
உரத்துச் சொல்லிக்கொண்டிருந்தார்
அவரின் உற்சாகம்
என்னையும் தொற்றிக்கொள்ள
ஆமாம் அடிச்சுப் பெய்யப்போகுது
என்று நகர்ந்து விரையத் துவங்கிய என்னை
குலுக்கி சர்பத் சாப்பிடுங்க
இந்த க்ளைமேட்டுக்கு அமிர்தமா
இருக்கும் என்ற அவரை
வியந்து பார்த்தேன்.
பயந்துக்காதீங்க
உங்க சர்பத்துக்கு

நீங்களே காசு குடுங்க வாங்க என்றவர்
மேடம்க்கு ஒண்ணு என்று சத்தம் கொடுத்தார்.
மனிதர்கள் சதையாலும் ரத்தத்தாலும்
மட்டும் ஆனவர்கள் அல்ல
மழையாலும் வெயிலாலும் கூட ஆனவர்கள்.

முதல் பனி என்னை மூதாயாய் உறைய வைக்கிறது

எட்டு மணிக்கும் இருள் பிரியா மார்கழிக் காலை
பேருந்தில்
கண் மூடிய பச்சைத் துணியோடு
என் அருகில் முதுதாய் ஒருவள் துணையின்றி
ரெண்டு ருவாக் காசான்னு
சித்தே பாரு தாயி
நல்ல நாள்லயே கண்ணுதெரியாது
கண்புரைக்கு இலவச ஆப்ரேசன் பண்ணீட்டனா
ஒண்ணுந் தெரீல சாமி எனக் கூற
இரண்டு ரூபாய் என உறுதிப்படுத்தினேன்.
சீட்டுக் கொடுத்த நடத்துநர்
தந்த சில்லரையை பையில் போட
அதையும் கொடுத்திருந்தா
சரி பார்த்திருப்பேனே என்றேன்.
அவங்க சரியாத்தான கண்ணு
தருவாங்க
அப்படியே தப்பிப் போனாலும்
ஒத்த ரூவாய்ல கோட்டயா கட்டப்போறோம்
இந்த மார்கழியின் முதல்பனி
இப்படி என்னை
மூதாயாய் உறைய வைக்கிறது

கோபல்ல கிராமம் படித்து முடித்த நொடியில்

மிகச் சரியாக
கோபல்ல கிராமம் படித்து முடித்த நொடியில்
வாசலில் அலங்காரக் காளைமாடு வந்து நின்று
கோபாலன் வந்திருக்கார்
காணிக்கை கொடுங்கள்
என்றது எனக்கு அதிசயம்
உங்களுக்கு அப்படி இருக்க வேண்டியதில்லை.

மாட்டுக்குக் காசு கொடுத்துவிட்டு
கூடவே வந்த
மூன்று வந்திருக்கும் ஒரு குழந்தையின்
கையில் கொடுத்த லட்டை
பாதி உடைத்து மாட்டிற்கு ஊட்டிவிட்ட
அக் குழந்தை எனக்கு அதிசயம்
உங்களுக்கு அப்படி இருக்க வேண்டியதில்லை.

உழவர் பற்றி எந்தக் குற்ற உணர்ச்சியும் இன்றி
உணவு உண்ண முடிவது
எனக்கு அதிசயம்
உங்களுக்கும் அதிசயம் ஆகட்டும்.

பழைய்ய்ய்ய டிவிஎஸ் எக்சல் வண்டியில் ஒரு வீடு

பழைய்ய்ய்ய டிவிஎஸ் எக்சல் வண்டியில் ஒரு வீடு
நகர்ந்து கொண்டிருந்தது.
நம்புங்கள்
நான்கு கோழிகளும் ஒரு சேவலும்
மூன்று குழந்தைகள்
அதில் இருவர் இரட்டையராய் இருக்க
வாய்ப்பு அதிகம்
இரண்டு பெரும் துணி மூட்டைகள்
ஒரு கருப்புப் பூனை
பெரிய வடச்சட்டி,
அலுமினியப் பாத்திரங்கள்
இரண்டு நெகிழிக் குடங்கள் ஒரு பக்கெட்
தகர டிரம்...
அக் குடும்பத்தின் தலைவி
முன்புறம் குத்துக்காலிட்டு அமர்ந்து
வண்டியின் ஹேண்ட் பாரைப் பற்றியிருந்தாள்.
அவளின் அழுக்கு பைஜாமா
உறுதியாய்ச் சொன்னது
இவர்கள் ஊரோடிகள்.
சாலையின் வேகத்தடை உயரத்தைத் தாண்டும்போதெல்லாம்
மிகச் சரியாய்
வண்டி நிற்கப்போகும் அந்த நொடியில்
இடக் கையால் ச்சோக்கை அழுத்தினாள்.
வண்டி நின்றுவிட்டால்

அத்தனையையும்
இறக்கி ஏற்றுவதன் கடினம்
எனக்கு உறைத்த நொடியில்
நினைத்தேன்
கைகேயி தசரதனுக்கு இப்படித்தான்
தேரோட்டியிருப்பாள்.
ஆனால்
ஒவ்வொரு முறை ச்சோக்கை அழுத்தியதும்
குனிந்து அவளின் அழுக்குக் கன்னத்தில்
அவன் ஒரு முத்தமிட்டதுபோல்
தசரதன் செய்திருக்க வாய்ப்பேயில்லை.

எனக்குத் தெரியும்; உனக்குத் தெரியாது!

வெற்றி பெற்று வந்ததும்
யாருக்குக் கொடுப்பாய் நாப்கின் என்று கவலைப்பட்ட
ஓர் ஆணுக்குச் சொல்கிறேன்...

நான் சென்று வாங்கிக் கொள்கிறேன்.

தூமைத் துணி பற்றி என்ன தெரியும் உனக்கு
ஐம்பதைத்தாண்டிய பெண்கள்
அடர் சிவப்பு அடர் நீலச் சேலைகளைத்
தேடித் தேடிக் கட்டும் காரணம்
எனக்குத் தெரியும்
உனக்குத் தெரியாது.

தெரிந்து கொள்
எல்லா ஆணும் உன் போல் அல்ல.

நான்கு குடித்தன வீட்டில்
குருதி நிற்கும் பொழுதில் இருக்கும்
ஒருத்தியின் மெனோபாஸ் குருதி ஆறு ஓடிய
பொதுச் சாக்கடையில்
மணலையும் சாம்பலையும் போட்டு
நிறம் மாற்றிய
ஓர் ஆணை எனக்குத் தெரியும்
உனக்குத் தெரியாது.

திருமண மேடையிலேயே விடாய்க் குருதி பட்டவளை
தாய் காணும் முன்பே கழிவறையில் விட்டு
முதல் பரிசாய் நாப்கின் வாங்கியளித்த
ஒரு மாப்பிள்ளையை

எனக்குத் தெரியும்
உனக்குத் தெரியாது.

தூமைத் துணியை உன் வாயில் அடிக்கச் சொன்ன
ரௌத்திரக் கவிஞன் ஒருவனை
எனக்குத் தெரியும்
உனக்குத் தெரியாது.

தன் பள்ளிக்குப் பொதுத் தேர்வு எழுத வரும்
பெண் குழந்தையிடம்
பீரியடா சாமி என்று கேட்டு
மகள் போலத் தாங்கி
நாப்கின் வாங்கித்தரும்
தாயுமானவர் ஒருவரை
எனக்குத் தெரியும்
உனக்குத் தெரியாது.

நள்ளிரவுப் பேருந்தில் திடுதிப்பென்று வந்த
விருந்தாடி போல்
குருதி கொட்டும் ஒருத்திக்கு
தன் தாய்க்கு வாங்கிய புதுச் சேலையைக்
கிழித்தளித்த ஓர் ஆண்மகனை
எனக்குத் தெரியும்
உனக்குத் தெரியாது.

பெண் போல்
உன் உயிர்த் துளியை
சிவப்பாக்கி இருந்தால்
நாறிப் போயிருப்பாய் நாறி என்று
மண் தூற்றும் ஒருத்தியை
எனக்குத் தெரியும்.
உனக்குத் தெரியாது.

பிடி மண்

அறுபது ஆண்டுகளாய்
சாமி படங்களுக்குப் பக்கத்தில்
தாத்தா
துணியில் முடிந்திருந்தது
குலதெய்வத்தின் பிடி மண்
என்றே நினைத்திருந்தார்கள்
கடைசியாய் கரைத்தூற்றக் கேட்டபோதுதான் தெரிந்தது
விற்றுவிட்ட வயல் மண் என்று.

வயதான பித்தி

பேருந்து நிலையப்
படிக்கட்டில் அமர்ந்த
அந்த வயதான பித்தி
ஒரு முத்தம் கொடு
என்று தெளிவாகத்தான் கேட்கிறாள்.
பிச்சை கேட்பதாக நினைத்த உலகம்
அவள் முன்
காசை வீசிச் செல்கிறது

ஒரு சின்னஞ் சிறுமி வரும்வரை

ஒரு சின்னஞ் சிறுமி
என் வீட்டிற்குள் வரும்வரை
எனக்குத் தெரியவில்லை
என் வீட்டிற்குள்
நொண்டியடிக்கலாம் என்று.

பேரிடர்

எல்லாப் பேரிடர் படங்களிலும்
சிதைந்து போய்க் கிடக்கிறது
ஏதோ ஒரு குழந்தையின்
ஒரு பொம்மை.

சின்னஞ் சிறிய வேட்டி கட்டிய பெரிய மனிதன்

ஒரு திருமண வீட்டில்தான்
பார்த்தேன் அவனை
அக் குழந்தையின் அம்மா
சின்னஞ் சிறிய வேட்டியைக் கட்டி
பெரிய மனிதனாக்கியிருந்தாள் அவனை
கை கழுவுகையில் ஒழுகிக்கொண்டேயிருந்த
நீர்க் குழாயை நிறுத்தச் சொல்லி
என்னைக் கேட்டான்.
பேசவே பழகியிராத
அக் குழந்தையின் சைகை மொழியில்
அழுதுகொண்டிருந்தது அந் நீர்க் குழாய்
அன்னை செய்த இதயத்தை
அப்படியே வைத்திருக்கும் அவனுக்கு
ஒரு முத்தம் ஈந்தேன்
குழந்தைகளின் கருணை
சகிக்க முடியாத ஒரு பெருந்துளி மழை

இதய வடிவில் ஓர் இலை

அதைச் சொல்லலாம்
கொஞ்சம் பெரிய கன்று அல்லது
கொஞ்சம் சிறிய மாடு
தாண்டுகாலாகத் தானும் அமர்ந்து
மாட்டையும் அமர்த்திக்கொண்டு
எக்செல் வண்டியில்
மாட்டாஸ்பத்திரிக்கு விரைகிறார்கள்
இருவர்
மனித மொழி தெரியாத
ஓர் உயிரால்
நகர் நடுவில் இப்படிச் செல்ல முடியாது
என்னைத் திரும்பிப் பார்த்த
கன்றின் சிறு கொம்பிற்கு நடுவில்
கொடியுடன் சிக்குண்டிருந்தது
இதய வடிவில் ஓர் இலை.

ஆண்கள் தின வாழ்த்து

ஆண்கள் தின வாழ்த்துகள் என்கிறாள்
எங்கேயோ வெகு தொலைவில் வாழ நேர்ந்த
ஒரு மகள்
அப்படியா கண்ணு சரி
மெஸ் பீஸ் கட்ட பேங்குக்கு வந்திருக்கேன்
இந்தமாசம் எவ்வளவுடா வந்துச்சு
என்கிறார் ஓர் அப்பா.
ஆண்கள் தினத்தின் அநேக வாழ்த்துகள்
இப்படியாக
அப்பாக்கள் தின வாழ்த்தாகின்றன.

எண்ண முடிந்த அளவு

ஒரு பூ மாலையை மாற்றி
தன் மண்ணை அன்னையைப்
புதிதாய்ப் பிரிந்து வந்தவள்
உறங்கும் முன் வானம் பார்த்தாள்
உன்னால் எண்ண முடிந்த அளவு
நான் உன்னை இன்று நினைத்தேன் என்று
நட்சத்திரம் காட்டிச் சொல்லிய அம்மா
இன்று நூற்று எழுபத்து மூன்று முறை
நினைத்திருந்தாள் இவளை.
ஒரே அளவு பூ மாலைதான்
எல்லாத் திருமணத்திலும்
மணப்பெண்ணுக்கு மட்டும்
பெரிதாகிவிடும்.

தீபங்களின் கைகள் தேற்ற நீள்கின்றன

ஆண்டு நிறையாத
ஒரு பெருந் துயரால்
அகல் வைக்காத
அந்த ஒரு இல்லத்தைத்
தேற்ற நீள்கின்றன
அத் தெருவின்
எல்லா தீபங்களின் கைகளும்
சுடர் மொழி அறியாதவர்கள்
சொல்கிறார்கள்
காற்றால் படபடக்கின்றன சுடர்கள்.

கார்த்திகைப் பொரி

இதே போல்
கூதலும் மழைத் தூறலும் இருந்த
ஒரு கார்த்திகை நாளில் அழைத்தீர்கள்
கார்த்திகைப் பொரி செய்திருப்பதாக
மைல்கள் தாண்டியும்
வெல்லப் பாகின் பிசுபிசுப்பு
கைகளில் இருப்பதாய் நினைத்த
அன்றைக்குத் தெரியவில்லை
யாண்டு பல கடந்தும் இன்று போல்
பிசுபிசுக்கும் என்று.

(இந்திராணி ஞானி அம்மாவுக்காக)

கோவை சதாசிவம் குயில் கதை சொல்கிறார்

சுற்றிலும் பறவைசப்தம் சூழ
மரத்தடியில் ஒரு பறவை மனிதர்
கோவை சதாசிவம்
குயில் கதை சொல்கிறார்
மண்டை வீங்கக் கருங்குயில்
ஒன்றரை மணிநேரம் கூவுவதும்
பெண் குயிலுக்காகவாம்...

ஒவ்வொரு ஊரிலும்
கருங்குயில் கூவுவது பொரிப் பொரியான
பெண் குயிலுக்குத்தான்
ஆனால்
அழுவது போல் கூவுவது
பத்திரப்படுத்தத் தெரியாத எவனோ ஒருவனிடம்
மனம் கொடுத்த எவளோ ஒருத்திக்குத்தான்.

எல்லா ஊரிலும் இருக்கிறார்கள்
யாரோ ஒருவருக்காக
மனம் கதறும்
யாரோ ஒருவர்.

காலையிலிருந்து வானம்

ஏதோ ஓர் அழிச்சாட்டியம் செய்து
அம்மாவிடம் அடி வாங்கி
அப்பா வரட்டும்
உன்னை சொல்லித்தரேன் என்று
வட்ட பன் போன்ற உப்பல் கன்னத்துடன்
முகம் வீங்கி வாசல்படியில்
நெடு நேரம் அமர்ந்துவிட்ட ஒரு பெண் குழந்தை போல்
காலையிலிருந்து வானம்
கருமேகத்துடன் மூச்சு விடாமல்
பம் என்றிருக்கிறது.
அன்பு பாசம் உறவு மரியாதை நட்பு
என எல்லாமும்
புயல் கவனம் என்ற இரட்டைச்சொற்களுக்குள்
ஒரு இனிப்பு லேகியம் போல் உருட்டி உருட்டி
கைமாறிக்கொண்டேயிருக்கிறது.

எல்லா ஊரிலும் பெய்யும் மழை

எப்போதாவதுதான் வாய்க்கிறது
எல்லா ஊரிலும் பெய்யும் மழை.

இருந்த ஒரு ஏக்கர் வயலை
விற்ற பின்னும்
அங்க மழையா
என்றே பேச்சைத் துவக்கும்
பெரியய்யா போலவே
வெளியே
சத்தம்போட்டுப் பெய்துகொண்டிருக்கிறது.

ஒரு கவிஞனின் கிணறு

வங்கிக் கடன் வாங்கித்
தோண்டிய
ஒரு கவிஞனின் கிணற்றை
மண்ணைக் கொண்டுவந்து நிறைத்த
புயல் மழைக்கு
அறம் பாடவில்லை அவன்.
ஒவ்வொரு துளியையும்
முத்தம் முத்தம் என்று கொண்டாடிக்கொண்டிருக்கிறான்.
அவனுக்குப் பரிசாகப் பெய்த
பெருமழைதான்
எல்லோரையும் ஈரமாக்கிக்கொண்டிருக்கிறது.
தம்பி இயற்கை உனக்காக.

அவளுக்குள் ஆயிரம் ஊற்றுக்கள்

நானும் அவளும்
அணை பார்க்கச் சென்றோம்
அணையின் ஆறு கண்களும்
திறந்து
ஆறு நிறைய நீர்
பாலத்தில் குனிந்து பார்த்த
அபாயத்தின் கரம் பிடித்திருந்த
ஒரு குழந்தையை
அதட்டினாள் அவள்
உன் அம்மா தேடறாங்க
வீட்டுக்குப் போ என்றாள்
அவன் அம்மா தேடுவது
உனக்கெப்படித் தெரியும் என்றேன்
குழந்தையைத் தேடாத அம்மாக்கள் உண்டா
என்று சிரித்தாள்
இப்போது அவளுக்குள் இருந்து
ஆயிரம் ஊற்றுக்கள்
திறந்துகொண்டன.

கிறிஸ்மஸ் நட்சத்திரங்கள்

கிறிஸ்மஸ் மரத்தை
விழி விரித்துப் பார்க்கிறாள்
ஒரு சிறுமி
புதிதாய் மின்னிய
இரு நட்சத்திரம் பார்த்த பின்
மாட்டுக் குடிலுக்குள்
செல்கிறார்
இன்னும் ஒரு முறை பிறக்க.

நா கு அப்பத்தா

கிடாய் வெட்டின்போது
படையலிட்டுத் தாழிட்டுக்கதவடைத்ததும்
திறக்கும் முன்பு
கைதட்டுவது நாகு அப்பத்தாதான்.
தீர்த்தம் பங்கிடும்போது
கிடாய் வெட்டிய கறிக்கடை ஆறுமுகானுக்கு ஒரு பங்கு அதிகமாய்ப்
பிரிக்கும் அப்பத்தாவைப்பார்த்து
பொம்பளையாளுக செய்யற வேலையா என்று
பொருமித்தீர்க்கும் பாட்டாவை
ஒரு புருவ நெறிப்பால்
நேராக்குவார் அப்பத்தா.
வாம்பாடுபடறவனுக்குக்
கொஞ்சம் அதிகம் நியாயம்தான என்று குழறுவதோடு கிடாவெட்டு
நிறைவுக்கு வரும்.

லா.ச.ரா.வை நினைத்துக்கொண்டே

பாப்பான்னா
அது பாப்பாதான்
உங்க பாப்பா
எங்க பாப்பான்னு
இருக்கா...

என்றவரை
லா.ச.ரா.வை நினைத்துக்கொண்டே
கவிஞரே என்று
அழைத்துக் கொள்கிறேன்...

நன்றி இரா எட்வின்

கவிதை போல ஒன்று

ஆயிரக் கணக்கான கிலோ மீட்டர்களுக்கப்பால் இருந்தபடியே
கட்டளையிடுகிறாள் அவள்
இன்று முகக் கவசம் போட்டு
வெளியே போகாதே
வீட்டிலேயே இரு.
ஏதாவது நல்ல புத்தகங்களைப் படி
இன்று எழுதும் நூல் திறனாய்வில்
குறை கூறாதே
முகக் கவசங்களை நாளை துவைத்துக்கொள்
தாத்தாவுடன் பேசு
அம்மாயிக்கு ஒரு இனிப்புக் கொடு
கிருமிநாசினி பயன்படுத்தாதே
கசப்புச் சுவை உண்ணாதே
பாவக் கதையை நாளை பார்த்துக்கொள்
யாருக்காவது ஒரு வேளை உணவிடு
நம் வீட்டிற்கு வரும் அணிலுக்கு இன்று ஒரு பழம் கொடு
உனக்குப் பிடித்தவர்க்கு ஒரு முத்தமிடு
புது வருடத்தின் முதல் நாள் செய்யும்
வேலை வருடம் பூராவும் செய்வாய்
என்ற என் சொல் மூடநம்பிக்கையாகவே
இருந்துவிட்டுப் போகட்டும்
நீ பெரியார் விரும்பியாகவே இரு
ஆனால் சொன்னதைச் செய்...
அவள் சொன்னபடி எல்லாம் செய்து முடித்த நான்

அவள் சொல்லாத ஒன்றைச் செய்கிறேன்
அவள் பற்றி கவிதை போல ஒன்றை
இந்த நொடியில்
எழுதிக்கொண்டிருக்கின்றேன்.

நகர்கிறது வாழ்க்கை; நகர்த்திச் செல்கிறது காலம்!

சீக்கிரமே பெரியவளாகணும்
என்ற ஆசைக்கும்
திரும்பவும் சின்னவளாகணும்
என்ற ஆசைக்கும்
நடுவில் நகர்கிறது வாழ்க்கை.

யாரோ தாயம் உருட்டிப்போடும் எண்ணிற்கு
நகர்த்திச் செல்கிறது காலம்.

பெருங்கடலில் நீந்தும் உண்கல வாத்து

ஒழுங்காய் ஒரு வட்டம்போடத் தெரியாத
அம்மாவைத்தான்
சந்தகையைப் பறவையாக வரைய வைத்திருக்கிறது
அன்னைமை.
குழந்தையை அதிகமாய் ஒரு கவளம்
உண்ணவைக்க.

தர்மரின் பின்னே சென்றது ஒரு நாய்

வாயு நிரப்பிய பலூன்காரரிடமிருந்து
வெகு தொலைவு தள்ளி நின்றுதான்
விற்றுக்கொண்டிருந்தார்
வாயால் ஊதும் சாதா பலூன் விற்ற அவர்.
நேற்று ஊதிக் கட்டிவைத்த
பலூன் போல சுருங்கியிருந்த அவரின் முகம்
காட்டிக் கொடுத்தது
சாப்பிடாததையும் பலூன் விற்காததையும்
நாய்க் குட்டியோடு சிறுநடை வந்த அவள்
ஐம்பது ரூபாய் கொடுத்து
சாப்பிடுங்கள் என்றாள்
வீம்பு நிறைந்த அப் பேருயிர்
மறுத்துச் சிரித்தது.
சரி பலூன் கொடுங்க என்று
ஒரு பூங்கொத்து போல
இருபது பலூன் நூல்களையும்
சேர்த்துப் பிடித்தாள்
ஏதோ ஒரு விளம்பரத்தில் வருவதுபோல்
மேல் தூக்கிய கையுடன்
கொஞ்ச தூரம் ஓடினாள்
இருபது குட்டி நாய்கள் செல்லமாய்
பாவாடையைக் கவ்வி இழுப்பதாய்
பலூன் கொத்து இவள் எடையை மேலே இழுத்தது.
பார்க்கும் சிறியவர்க்கெல்லாம்

ஒவ்வொரு பலூனாய்ப்
பிரித்துக் கொடுத்தாள்.
கடைசியாய் கையில் இருந்த
ஒரு பலூனை நூலோடு காற்றில் விட்டாள்.
வோடபோன் நாய்க்குட்டியாய்
இவள் பின் வந்த இவளின் குட்டிநாய்
பறந்த பலூனை நிமிர்ந்து பார்த்தது.

புதிய ஆண்டைத் துவக்கிவைக்கும்
இக் கவிதையை நிஜமாக்கிய
மகளதிகாரக் கவிஞர் ஆண்டன் பெனி
க்கு நன்றி.

நான் நேசிக்கும் நரகம் நீ

நான் நேசிக்கும் நரகம் நீ
என்றாய்
நான்கு வார்த்தைகளில்
பதங்கமாதலை நிகழ்த்துகிறாய்
பனிக் குளிர் போல் ஏந்திக்கொள்கிறேன்.
உன் சொல்லால் ஒரு கடல் நெய்கிறாய்
குழந்தையாக்கி
அந் நீலத் தூளியில் இடுகிறாய்
ஒரு தூர தேசப் பயணி குளிர் காய
பாதையில் இட்டு அணைத்துச் சென்ற தீயின்
மென்புகையாய்ச் சூழ்கிறது என்னை
உன் அந்த நான்கு சொற்கள்.

அந்த நொடியிலிருந்து குருதி வாசம்

ஒரு நடிகர்
இன்னொரு நடிகரைப் பார்த்து
சிலிர்த்துச் சொல்கிறார்
டெல்லியில் மூக்கில் ரத்தம் வரும் குளிரில்
அன்று சிறப்பாக நடித்தீர்கள்...

அச் சொற்கள் இந்த இரவை
உறங்கா இரவாக
முடைந்துகொண்டிருக்கிறது.
கையில் மூத்திரப்பையுடன்
இருப்பவர் மீதும்
இந்தக் குளிர் இரவின் மீதும்
அந்த நொடியிலிருந்து
குருதி வாசம் வீசத் துவங்குகிறது.

நிராகரிக்கப்பட்ட நேசத்தைப் போஷிப்பது

சாத்தப்பட்ட கதவுக்கு முன்
ஒரு குட்டிநாய் சுருண்டு படுத்திருக்கிறது.
கதவை ஒருபோதும் அடித்துச் சாத்தாதவர்கள்தான் அவர்கள்
எப்போதும் மென்மையாகவே
கதவைக் கையாளுபவர்கள் அவர்கள்
உள்ளே யாராவது
நடக்கும் சப்தம் கேட்கும்போதெல்லாம்
மடங்கித் தொங்கும் காதுகளை நேராக்கி
வாலை வேக வேகமாக ஆட்டித் தொலைக்கிறது.
ஏற்கப்பட்ட அன்பில் கோலோச்சுவது போன்றதல்ல
நிராகரிக்கப்பட்ட நேசத்தைப் போஷிப்பது
நெருப்புக் கங்கைக் கையில் எடுத்த பின்
தேடும் சாம்பிராணிக் கரண்டி அது.

ஏகலைவனின் சொல்

எல்லாக் கட்டைவிரல் காயத்திலும்
வழிகிறது ஏகலைவனின் சொல்
எவர் இன்றியும் வாழலாம்.

உச்சரிக்க முடியாத சொற்கள்

தூண்டிலில் பிடிபட்ட
எல்லா மீன்களின்
பிளந்த இரு உதடுகளுக்கிடையில்
உச்சரிக்க முடியாது
எஞ்சியிருக்கின்றன சில சொற்கள்.

செம்பருத்திப் பூக்களை விரல் பிடித்து அழைத்து வந்து

பயாலஜி நோட்டுக்குள்
மூச்சுத் திணறிக்கொண்டிருந்த
ஆறு செம்பருத்திப் பூக்களை
விரல் பிடித்து அழைத்து வந்து
உன் வாசலில் உட்கார வைத்தாய்
மார்கழிப் பனியில் நடுக்கமுற்ற
இந்த ஊர்
அதை
அழகான கோலம்
என்று சொல்லிச் செல்கிறது.

எளிமை

கத்துக்குட்டி ஓவியனின்
கோட்டோவியத்திலும்
காட்சி தருகிறார் காந்தி.

இரண்டு காந்தி – ஐந்து காந்தி

எவ்வளவு முயன்றும்
அவர்களால்
முழு காந்தியைத் தரமுடியவில்லை.

அரை மணி நேரம் கால் கடுக்க
வரிசையில் நின்றவர்கள்
கரும்புடன் சேர்ந்து
சிலர் இரண்டு காந்தியாகவும்
பலர் ஐந்து காந்தியாகவும்
வந்து சேர்ந்தார்கள்
அவரவர் வீட்டிற்கு.

அந்த உறைந்துபோன அரை மணி நேர உலகம்

அவசர வேலையா பேசலாமா என்றாய்
பயணித்த வண்டியைச் சாய்த்து நிறுத்தி
பேசலாமே என்றேன்
வீட்டில் அரிசியும் உளுந்தும்
என் வரவிற்காக நீரில் மூழ்கிக் காத்திருக்கும்
நான்கு குவளைகள்
நான் நிரப்பும் தேநீருக்காக
விழி வைத்துப் பார்த்திருக்கும்.
தோழமையுடன் உணவு மேசையில் இருந்த
உனக்கு
விரல் போல் வறுத்த மீன் துண்டு
என்னைக் கிளர்த்தியது என்றாய்
அருகில் குளங்கள் இல்லாத போதும்
ஒரு நீலப் பறவை
பேசும் என்னையே பார்த்து
மரம் மேல் அமர்ந்திருந்தது.
பேசும் நீ
கேட்கும் அப் பறவை
பறந்து கொண்டிருந்த நான்
நம் மூவரால் மட்டுமே ஆனது அந்த
உறைந்துபோன
அரை மணி நேர உலகம்.
வீடு வந்து நினைத்தேன்
அப் பறவை பறந்த பின்
வந்திருக்கலாம்.

அழகென்று எதுவும் இல்லை

உன்னை
மயில் என்று அழைக்கிறேன்
என்பதால் கொள்ளும்
கர்வ நடையைத் தவிர
மயிலிடம் அழகென்று
எதுவும் இல்லை
என் மயிலே.

மனசைப் பொங்கி வழிய வைக்கும் மந்திரம்

நிஜமான வெங்கலப் பானையில்
வெண் பஞ்சை நிரப்பி
பொய்யாய்ப் பொங்கலைப்
பொங்கி வழியவிட்டிருந்த
நகரின் பெரும் பாத்திரக்கடை வாசலில்தான்
கழுத்தில் புதுச் சரடு மின்னும் அப் பெண்
அப்பாவைப் பார்த்து உதடு கோணலாய்ப்
பழிப்புக் காட்டியதைப் பார்த்தேன்.
அம்மாவுக்குன்னு கேட்டிருந்தால்
இதெல்லாம் வாங்கிருக்க மாட்டீங்க
அதுதான் எனக்குன்னு வாங்கினேன்
அம்மாவின் கையில்
ஒரு மூட்டைப் பாத்திரங்களைத் தந்துவிட்டு
தன் பொங்கல் சீர்ப் பாத்திரங்களோடு
கணவனின் தோளுரசிச் சென்றாள்
அப் பெண்.
பெண் குழந்தைகளுக்கு மட்டும்
எப்படியோ தெரிந்துவிடுகிறது
மனசைப் பொங்கி வழிய வைக்கும் மந்திரம்.

இந்தக் குளிர் தலைநகர் உழவரை நினைக்க வைக்கிறது

மகப்பேறு விடுப்பு முடித்து
பணி தொடர்ந்தபோது
இப்படித்தான் இருந்தது என்றாள்.

பரபரப்பாய் அலுவல் இருந்தாலும்
கட்டிக் கொண்ட பாலின் கனம்
குழந்தையை நினைக்கவைத்துக்கொண்டே இருந்தது என்றாள்.
இங்கு அடிக்கும்
இந்தக் கூதல் குளிர்
தலைநகர் உழவரை
நினைக்க வைக்கிறது என்றாள்
சில்லிட்ட அவளின் உள்ளங்கையை
என் இரு கைகளுக்கு நடுவில்
பதித்துக்கொண்டேன்.

நேற்றுவரை
ஒரு குழந்தைக்குத்தான் தாய்
என்று அவளை நினைத்திருந்தேன்

எங்களையும் இப்படி ஓவியமாத்தான் வளர்த்தார்கள்

கோலத்திற்குப் புள்ளி வைப்பது போல்தான்
துவங்கியது
அப்புறம்
அப்பத்தாவின் கம்பிக் கோலம் போல்
பெருகி
இப்போது
கோலம் தப்பாகிப் போன சிறுமி
கோலப் பொடியை வாரி இறைத்தது போல்
விடாமல் பெய்கிறது
மழை.

மகள் போட்ட வண்ணக் கோலத்தை
தார்ப்பாய் போட்டு
மழையிடமிருந்து காப்பாற்றிக்கொண்டிருக்கும்
ஓர் அப்பாவைப் பார்த்து
அவரவர் புள்ளைகன்னா வேறதான்
எங்களையும் இப்படி ஓவியமாத்தான்
வளர்த்தார்கள் என்று
கேலி பேசி சிரிக்கிறாள்
அவ் வீட்டின் தலைவியானவள்.

அம்மாவிடம் எப்படிச் சொல்ல

மகளின் பேறு காலத்திற்கென
நகர் வந்த அம்மா அங்கலாய்க்கிறாள்...
அடுத்த வீட்ல பொங்கல் கொடுத்த
அதே எண்ணெய்க் கிண்ணில
நம்ம பொங்கலக் கொடுக்கற
ஊர்ல இருக்கணும்
அவரை மொச்சைன்னு
அள்ளி அள்ளிக் கொடுப்போம்
ஒண்ணுமில்ல இந்த அகத்திப் பூவைச் சொல்லு
இந்த மழைக்கு கொழு கொழுன்னு இருக்கும்
வீதிக்கே கொடுப்பேன்
என்ற அம்மாவிடம் எப்படிச் சொல்ல
அறுவடைக்குக் காத்திருந்த நெல் எல்லாம்
மழைக்கு முளைத்துப் போனதாகவும்
அம்மாவைப் பொங்கலுக்கு அனுப்பவேண்டாம் என்றும்
அப்பா தழுதழுத்ததை.

அரூப வாசனை

அடித்துப் போட்டால் கேட்க ஆள் இல்லாத
அத்துவானக் காட்டில்
வண்டியை நிறுத்தி
பூத்து நிற்கும்
ஆவாரையைப் பார்த்தவுடன்
முலையுண்ணும் குழந்தையைப் போல்
அணைத்துக் கொஞ்சுகிறாள் ஒருத்தி
பிறந்த குழந்தைபோல்
அவள் மேல் ஒதுங்கிக் கிடக்கிறது
செடியிலிருந்து பறிக்காத
அவ் ஆவாரங்குழை

ஒரு ஆணின் எழுத்தில் ஒளிர்ந்த
மொழியழகிற்காக
செண்பகப் பூவைப் பிடி என்கிறார்
இன்னொரு ஆண்
படித்ததிலிருந்து
நாள் பூராவும் மணக்கிறது செண்பகம்

பரிமேலழகரின் தாளுக்குள் வைத்த
ஒரு ரோஜாப் பூ சருகு
கால் நூற்றாண்டாகியும்
பார்க்கும்போதெல்லாம்
கண்சிமிட்டுகிறது

கடவுளின் பெயராலும்
காதலின் பெயராலும்
பறிக்கப்படாத
பூக்களுக்கு வாய்க்கிறது
அரூப வாசனை.

வழங்கிப் பழகியவள்

முதல் கவளத்தை
எப்போதும் காக்கைக்கு வைப்பவளின் கையில்
பொங்கலைப் பார்த்ததும்
பாட்டி சொல்கிறார்
பொங்கலைக் காக்கைக்கு வைக்கக் கூடாது.
சரி அப்படின்னா
குருவிக்கு வைக்கிறேன்
என்று நடப்பவளின்
கொலுசு சப்தமிடுகிறது
வழங்கிப் பழகியவள் இவள் இவள் என்று.

தேநீரைத் தனியாகக் குடிப்பது

எப்படித்
தேநீரைத்
தனியாகக் குடிப்பது
என்று கேட்கும்
அப்பாவோடுதான் அருந்துகிறேன்
தனியாகக் குடிக்க நேரும்
ஒவ்வொரு குவளைத் தேநீரையும்.

தனியாக அமர்ந்து தாயமாடுவது

தனியாக அமர்ந்து
தாயமாடிக்கொண்டிருந்தாள் அவள்.

துணை இழந்தவர்களின்
மூக்குத்தியில் ஒளிர்கிறது
இல்லாது போனவர்களின்
அந்தரங்கச் சொல் ஒன்று.

கடைசிக் கட்டத்தை எட்டுவதற்குள்
கொத்தும் நாகங்களை
எண்களாக்கிக்கொண்டிருக்கிறாள்.

தாயம் விழாத அவளின்
தனிமை மீது
ஒவ்வொரு சர்ப்பமும்
துப்பிக்கொண்டிருக்கிறது விசத்தை.

விதியே
தனிமையோடு விளையாடும்
இன்னொருத்தியை
என் கண்ணில் காட்டாதிரு.

கடைசி நாள்

தொடர் விடுமுறையின்
கடைசி நாள்
கோவித்துக்கொண்டு
புட்டுக் கன்னத்துடன்
அழிச்சாட்டியம் செய்யும் குழந்தையாய்
வாசல்படியில் உட்கார்ந்து முறைக்கிறது.
கிடக்கட்டும் குட்டிக் கழுதை
அப்புறம் வீட்டுக்குள்ள வந்துதான ஆகணும்

இதற்கு முன்னால் நான் இப்படிக் காதலித்ததில்லை!

இதற்கு முன்னால்
நான் இப்படிக் காதலித்ததில்லை
எந்த வாகனத்தையும்

ஒரு திரைப்பட நாயகி பாடிக்கொண்டே
முன்பக்கத் தலைமுடியைப்
பின்னால் தள்ளியவாறே
இந்த வாகனத்தை ஓட்டியபோதுகூட
இந்த வாகனத்தின் மீது
சின்னச் சின்ன ஆசை வரவில்லை.

எந்த ஒரு மனிதரை விடவும்
ஒரு வாகனத்தை
இப்படிக் காதலிப்பாய் என்று
யாராவது சொல்லியிருந்தால்
அன்று தொண்டை வலிக்கச் சிரித்திருப்பேன்.

ஓட்டுநர் உயரத்தில் இருப்பது
உற்றுப் பார்க்காமலே தெரிகிறது எனக்கு.

கொஞ்சம் கொஞ்சமாகப் பணம் சேர்த்து
என் குழந்தைக்காக
ஒரு டிராக்டர் வாங்குவேன் என்று
நேற்றுப் பிறந்த தன் குழந்தையைக் கையிலேந்தியவள்
சொல்லுகையில்
எனக்குப் புரிந்தது
அந்த வாகனத்தைக் காதலிப்பது
நான் மட்டும் அல்ல.

சந்நதம் தந்த உடுக்கடி

உரல் போலிருந்த
நாற்காலியில் அமர்ந்ததும்
ஒலிக்கத் துவங்கியது
உடுக்கின் சத்தம்.

மகளுக்குக் கல்லூரிக் கட்டணம்
என்ற பொய்யின் பேரில்
இரண்டு மோடாக்களை
அப்பாவின் தலையில் கட்டியதாக
அம்மாவின் தொடர் முனகல்.

தொண்ணூற்றொன்பது சதம்
பொய்தான்.
அந்த ஒரு சதம் உண்மை
மீந்திருக்கே அதுக்கு
என்ற அப்பாவின் சொற்களின் மேல்
குண்டூசி விழுந்து ஒலித்தது.

பணத்தை சும்மா கொடுத்தேன்
மறுத்துவிட்டு
என்னைச் சின்னவனாக்கினான் அவன்
என்று ததும்பினார்.

அண்ணன்மார் கதைகளுக்குச்
சந்நதம் தந்த
அதே உடுக்கடி
இப்போது அப்பா கதைகளுக்குள்
சந்நதம் கொண்டிருக்கிறது.

கண்ணீரை எரித்தால் சாம்பல் கிடைக்குமா?

காலமும் அம்மாவும் குழந்தையும்
மட்டுமேயான அவ்வுலகில்
உயரத்தில் அமர்ந்த அம்மா
தன் இரு பாதங்களைப் படகுகளாக்கி
ஒரு அம்பாரி செய்து
அமர வைக்கிறாள் தன் மகவை
ஆனை அசையத்துவங்குகிறது
மேலும் கீழும்.

அழகரையும் சொக்கரையும் சுமந்து
காவிரியைக் கலக்கி
கட்டுக் கரும்பை முறித்த
கொம்பு முளைத்த ஆனையைப்
பார்க்க பட்டணம் பறந்தோடி வரும்போது
வேழம் எரித்த இருட்டுச் சாம்பல்
அந்த அறை முழுக்கப் படிகிறது.

கண்ணீரை எரித்தால்
சாம்பல் கிடைக்குமா
எனத் திரும்பத் திரும்பக்
கேட்டுத் தேம்புகிறது காலம்.

என்னைப் போலிருக்கும் ஏழு பேரில் ஒருவர்

அன்புக்கிளி
என்பதாய் ஒரு பெயர்ப் பலகை
சற்றுமுன் பார்த்தேன்
அப் பெயரிட்ட அன்னைக்கு ஓர்
ஆசைமுத்தம்
மனதுக்குள் இட்டு அனுப்பி விட்டேன்.
என்னைப் போலிருக்கும்
ஏழு பேரில் ஒருவரை
பார்க்காமல் பார்த்துவிட்டேன்.

கண்ணீர் அஞ்சலி

சுவரில் ஒட்டியிருந்தவளுக்கு
முத்தமிட்டுக்கொண்டிருந்த
அவனைக் கண்ட
இந்த நாள் இல்லாது போகட்டும்.

மனோரஞ்சிதம்

ஒவ்வொரு முறை நுகரும்போதும்
ஒவ்வொரு வாசம் வரும் என்றே
ஒவ்வொரு முறையும் முகர்கிறேன்
மனோரஞ்சிதப் பூவை

ஃ போல உட்கார்ந்திருந்த காதணி

முதன்முதலாக
சந்தித்த அற்றை நாளில்
மூன்று பவளங்கள்
ஒன்றையொன்று பார்த்தபடி
ஃ போலவே உட்கார்ந்திருந்த
காதணியைக் காதிலும்
இரு கை நிறைய
புத்தகங்களையும் வைத்திருந்தாய்
ஒரே ஒரு கற்றை கூந்தல் அந்த ஃ ன் மேல்
இறங்கி ஊசலாடியது
தோளைச் சற்றே உயர்த்தி
அக் கற்றையை நகர்த்தினாய்
நினைத்துக்கொண்டேன் நான்
ஒரு பவளக் குமிழ் நான்
இன்னொன்று நீ
மூன்றாவது ஒரு சொல்.

இப்போது அதற்கு வேறு பெயர்

ஆதிகாலத்தில்
விற்பதையும் வாங்குவதையும்
அழகான சொல்லால் புழங்கினோம்
அது பண்டமாற்று.

அப்புறமாய்
அதன் பெயர் வியாபாரம்.

இப்போது அதற்கு வேறு பெயர்
அப் பெயரின் பெயரால்
யாரோ வாங்குவதற்கும்
யாரோ விற்பதற்கும்
நாம்
நம் விரலும் நகமும் சேரும் இடத்தை
ஒரு நீள் கறை ஆக்கிக்கொள்கிறோம்.

கடைசி உடலத்தின் அன்னை

இந்த ஒரே நாளில்
ஒன்பது கூராய்வுகளைப்
பார்த்தீர்களாமே டாக்டர்
அதோ அங்கு
முந்தானையால் முகம் மூடி
ஓர் உலர்தாளைப் போலிருக்கும்
அவள்தான்
உங்களின் கடைசி உடலத்தின் அன்னை.

தன் மகளை ஈன்றபொழுதில்
உங்களைப் போல் ஒரு
பெண் மருத்துவரின்
கன்னத்தைக் கிள்ளி முத்தமிட்டவள்தான்.

அவளுக்கு உங்களிடமிருந்து
தெரிந்துகொள்ள வேண்டியதெல்லாம்
சுய உயிரிழப்பா என்பதல்ல டாக்டர்
அவளுக்குத் தெரியும்
ஒரு பட்டாம்பூச்சியின்
விரித்த இறகு போல சுருக்கைப் போட
அவள் மகளால் மட்டுமே முடியும் என்று.

அவள் வயிற்றில் குழந்தை இருந்ததா
என்ற மேலதிகத் தகவல் எல்லாம்
அவளுக்கு வேண்டியதில்லை டாக்டர்.

பசிக்கிறதும்மா என்ற
இறுதிச்சொல் பெற்ற
அவளுக்கு உங்களிடமிருந்து
தெரியவேண்டியதெல்லாம்
மகளின் வயிற்றில்
உணவுத் துகள்கள் ஏதேனும் இருந்ததா
என்பது மட்டும்தான் டாக்டர்.

டாக்டர்
உங்கள் வெண் கோட்டுப் பாக்கெட்டில்
டிஷ்யூ தாள் இருக்கிறது
பயன்படுத்துங்கள் டாக்டர்.

ஒரு மருத்துவரின்
இதயம் ஈரமாக இருக்கலாம்
இமைகள் ஈரமாகலாகாது டாக்டர்

எங்கள் ஊரின் ஆணிப் பேய்கள்

புளியமரத்தில்
அடித்த ஆணியில்
முடியைச் சுழற்றிக் கத்தரிப்போம்
முடியை இழக்கும் வரை
ஆட்டம் நிற்காது
எங்கள் ஊர்ப் பேய்களுக்கு

ஒரு மனித குமாரனின் மேல்
இறக்கியதோடு
தீரவில்லை அவர்களின் ஆணிகள்.

ஆணிகளால் அறையப்பட்டவர்களால்தான்
எப்போதும் எழுதப்படுகிறது
உயிர்த்தெழும் வரலாறு.

இன்னும் ஒரு முறை

ஓடிக்கொண்டிருக்கும்
மரணித்தவரின் கைக் கடிகாரம்
செல் தீர்ந்து ஸ்தம்பிக்கும்
ஒரு நாளில்
இன்னும் ஒரு முறை
கசங்கியழும் அவ் வீடு.

அவளைக் காதலிப்பதற்கு உகந்த மாதம்

கடைசித் தையலைப்
போட்டு முடித்ததும்
ஒவ்வொரு
உடலத்தின் நெற்றிமீதும்
ஒரு விரலால் சிலுவையிட்டு
இவரோட கடவுளே
இவரை
உங்கள் பக்கத்தில் வச்சிக்குங்க
என்று சொல்பவரை நம்பியிருக்கும் ஒருத்தி
குழந்தையை அடித் துணியோடு
கைமாற்றும் கவனத்தோடு
ஒரு திரவக் குப்பியைக் கொடுத்தனுப்பியிருக்கிறாள்
அவளைக் காதலிப்பதற்கு உகந்த மாதம்
பிப்ரவரியா?

இப்படியாக நிறைவை எட்டியது ஒரு முத்த தினம்

மருத்துவரிடம்
தன் கணுக்கால் காயத்தை சுரண்டிக் கட்டுப்போட
ஒப்பளித்தவளின் வலிச் சத்தம்
காத்திருந்த எல்லோருக்கும்
வலி தந்தது.
அப்போதுதான் வந்த இளைஞன் ஒருவன்
கதவைச் சாத்த
மென்முத்தம் இடுவது போல்
சாத்திக்கொண்டது கதவு.
உள்ளேயிருப்பது உன் வீட்டினரா என்றேன்
இல்லை என்றவனிடம் கற்றுக்கொண்டோம்.
அழுகையும் வலியும்
முத்தம் போல் அந்தரங்கமானது.

என்பதால் சிரித்து வைக்கிறேன்

உனக்கென ஒரு சட்டை வாங்கச் சென்றேன்
குழம்பிப்போகும் அளவு
அளவு சொல்லியிருப்பேனோ
இவர் போல் இருப்பாரா என்று
எவரையோ காட்டுகிறார்
அவர் எப்போதும் உயரம் என்கிற எனக்கு
கடைக்கு வராத உன் மீது
கோபம் வருகிறது
திரும்பிப் பார்த்தால்
வாசலில் நீ நிற்கிறாய்
அழுகை வருகிறது
அழுகாச்சிக் கதைகள்
கலைப் படைப்பாகாது என்று
எழுத்தாளர் ஷாராஜ்
சுராவை மேற்கோள் காட்டிப்
பேசத் தொடங்கிவிடக்கூடும்
என்பதால்
சிரித்து வைக்கிறேன்.

அப்பா அப்பா அப்பா

புள்ளைக சாப்பிட்டாச்சா
என்று கேட்காமல்
சாப்பிடத் தொடங்க மாட்டார் அப்பா.
பாத்திரத்தைக் கரண்டியால் சுரண்டும் சத்தம் கேட்டால்
எழுந்துவிடுவார் அப்பா.
மெதுவாய் கையால் வழித்து
கிண்ணிக்கு மாற்றி வைத்திருந்தாலும்
அம்மாவுக்கென மீதம் வைப்பார் அப்பா.
எப்படிப்பா தெரிந்தது என்றால்
உருளைக்கிழங்கு சாம்பார்னா
உலகத்துக்கே பிடிக்குமே
என்று சிரிப்பார் அப்பா.
ஆண் பறவைகளுக்கும் இலக்கென்பது
குழந்தைகளுக்கு இரையூட்டுவதுதான்.

அம்மா அம்மா அம்மா

பெரிய பெரிய மலையிலிருந்தும்
பெரிய பெரிய மரத்திலிருந்தும்
விழுவது போலவேதான்
கனவு வருகிறது
மூன்று மொழி தெரிந்திருந்தாலும்
அம்மா என்று
கத்தியபடிதான் விழிப்புவருகிறது
எல்லா முறையும்.

வானம் என்பது வழி மட்டும்தான்

பறவைச் சந்தைக்கு வந்த அவள்
பணத்திற்குப் பெற்ற பறவைகளை
பறக்கவிட்டுக்கொண்டேயிருந்தாள்.
பறவைகளை உற்றுப் பாரேன்
போன முறை பறக்கவிட்ட பறவைதான்
நேரே விற்றவனின் வீட்டிற்குச் சென்றிருக்கும் என்றேன்.
வீட்டைப் பழக்கிக்கொண்ட பறவைகளுக்கு
வானம் என்பது வழி மட்டும்தான்
புரிந்து கொள்ளேன் என்றேன்.
கடைசிப் பணத்தையும் பறக்கவைத்தவள்
எழுந்து நின்று விரல்களை நீவி
சொடக்கெடுத்துவிட்டுச் சொன்னாள்
ஏதாவது ஒருநாள்
ஏதாவது ஒரு பறவை
சந்தைக்கும் விற்பவனின்
வீட்டிற்கும் இடைவழியில்
பழக்கப்படுத்தாத
நிஜப் பறவை ஒன்றை சந்திக்கும்
நம்பு.

ரயில்கள் மறுபடியும் கடக்கும்

முன் மதிய நேரத்தில்
இரயில் நகர
இரும்புக் கதவு முன்
அவரவர் வாகனங்களில் காலூன்றிக் காத்திருந்தோம்.
தட்டென்று தண்டவாளத்தில் பதிந்தான் நடுத்தரன் ஒருவன்
எப்படித் தாவினார்
எப்படித் தள்ளினார்
அந்த நீலச்சட்டைக்காரர்
மறைத்த ரயில் நீண்டு கடக்க
இருவரும் சேதமின்றி நிற்கக் கண்ட கூட்டம் விசிலடித்துக் கூவியது
உன்னை நம்பி வீட்டு உலைல
இந் நேரம் அரிசி அளந்து போட்ருப்பாளே ஒருத்தி...
அவள நெனச்சியா நெனச்சியா என
கன்னத்தில் இருபது அடியாவது அடித்திருப்பார்
சத்யம் பண்றா நாயே
உள்ளங்கை நீட்டி ஊளையிட்டார்
அந்த நீலச் சட்டை
உள்ளங்கையோடு உள்ளங்கை அழுத்தி.வார்த்தையின்றி அவன் நகர்ந்தான்
நான் கேட்டேன்
முன்பின் தெரியாத அவனை
எந்த தைரியத்துல கைநீட்டி அடிச்சீங்க
திருப்பி அடிச்சிருந்தா தாங்குவீரா
ஒல்லி நீலச் சட்டையே

கசங்கிய சட்டையை நீவியவாறே சொன்னார்
பதினோரு வருசத்திற்கு முன்னாடி
நான் ஒருத்தர திருப்பி அடிக்கலை என்ற தைரியத்தில் அடித்தேன்

நீலச் சட்டையும் நீல வானமும்
வேறா என்ன.

நேசச் சனியனின் சாபம்

மீந்த உளுந்து வடையை
மாலைக்கெனத் தயிரில்
ஊறவைக்கும்போதெல்லாம்
தன் முதல் ஊதியத்தில்
தன் அம்மாவுக்கு வாங்கிய
தயிர் வடையைச் சொல்லாமல்
இருக்க முடியாது அம்மாவால்.
குடும்பமே கேலி செய்தாலும்
சொல்லாமல் இருக்கமுடியாது அம்மாவால்.
அம்மாவை கேலி செய்த நான்தான்
தேங்காய்ப் பால் செய்ததும்
அப்பாவை நினைத்துக்கொள்கிறேன்.

நூற்று எழுபத்தாறு பேரின் வாழ்த்து
எழுத்துகளுக்கிடையிலும்
அந்த யாரோ ஒருத்தியின் வாழ்த்தைத் தேடுவதுதான்
நேசச் சனியனின் சாபம்.

அத்தனை தந்திரங்களும் கூசி நின்ற நொடி

ஒரு மஞ்சள் நிற ஐந்து ரூபாய் நாணயத்தைத்
தன் இடது கண்ணில் நுழைத்து
வலது கண்ணில் எடுத்தார்.
எதிரிலிருந்தவரின் சட்டைக்குள் போட்ட நாணயத்தை
அவரின் காதைத் திருகி வரவழைத்தார்.
தன் வாய்க்குள் போட்ட ஒரு நாணயத்தை
தன் சட்டைப் பையிலிருந்து எடுத்தார்.
உற்று உற்றுப் பார்த்தும் கூட
மந்திரம் போலவே தோன்றிய
அவரின் அத்தனை தந்திரங்களும்
உடுக்கை இழந்துபோய்க் கூசி நின்றன
நடு வீதியில்
கடைசியாய்த் தன் வயிற்றைத் தொட்டுக் காட்டி
இரு கைகளை ஏந்திய
அந்த நொடியில்.

மொட்டைத் தலையைத் தொட்டுத் தொட்டு ஒரு கவிதை

அதிகாலையில் செல்ல முடியாத
காதுகுத்து வீட்டிற்கு
பின் மதியமும் முன் மாலையுமான
நேரத்தில் சென்றேன்.
செல்வாக்குள்ள கட்சிக் கூட்டம் முடிந்தது போல்
நாற்காலிகள் அங்கங்கே
அழகாக அலுத்துக்கொண்டு கிடந்தன.
சந்தனம் தடவிய காதை ஒரு கையிலும்
வலியையும் வெட்கத்தையும்
நினைவிற்குள் வைத்த சிணுங்கலையும்
வைத்திருந்த குழந்தையும்
தட்டிக் கொடுத்தபடியே
அம்மாவும் தூங்கிப்போயிருந்தார்கள்.
மின் விசிறியின் சுழலுதலில்
அன்னையின் கேசம் பிசிறு பிசிறாய்
சந்தனம் தடவிய மொட்டைத் தலையைத்
தொட்டுத் தொட்டு ஒரு கவிதை எழுதிக்கொண்டிருந்தது.
யார் வந்திருக்காங்க பாரு
சாப்பிடாமக் கூடத் தூங்கறாளே
என்று எழுப்ப முயன்றவரைத் தடுத்தேன்.
அழகான கவிதைகளை
இப்படி
எப்போதாவதுதான் வாசிக்க முடியும்.

நீ வந்து சென்றதை
நான் சொல்கிறேன் சொல்கிறேன் எனப்
பெயர் தெரியாப் பறவை ஒன்று
ட்வீக் ட்வீக் என்று உறுதி சொல்லியது.

மதிய நேரத்துச் தார்ச் சாலையில் ஊரும் நத்தை

ஓய்வுப் பணப் பலனில்
திருமணச் செலவு என்ற தைரியத்தில்
மாப்பிள்ளை பேசி முடித்ததும்தான் அறிவித்தார்கள்
அவருக்கு ஓய்வு அடுத்த வருடம் என்று.
போன வருடத்தை கொரானா முடியட்டும்
என்று கடத்தியிருந்தார்
இந்த வருடத்தை என்ன செய்வதென்று
திகைக்கையில்
உங்களுக்கென்னப்பா அறுபதாமே என்ற எதிர் வீட்டுக்காருக்கு
அசட்டுச் சிரிப்பொன்றை சிரித்துவைக்கிறார்.
அவர் போன் பண்றாருப்பா
என்று வெட்கக் குமிழ்களைச் சிதறவிட்டு
கையில் போனை எடுத்தபடி
மாடிப் படியைத் தாவி ஏறி
மணிக்கணக்கில் பேசும்
மகளைப் பார்க்கும்போதெல்லாம்
மதிய நேரத்துச் தார்ச் சாலையில்
யாரோ வீசி எறிந்த
ஊரும் நத்தையாகிறார் அவர்.

நோயாளியைப் பார்க்கச் செல்வதென்பது

நோயாளியைப் பார்க்கச் செல்வதென்பது
பச்சையம் இழந்த ஓர் உலர் மரத்தைச் சந்தித்தல்
மருத்துவமனைக் கட்டிலில் கிடந்தது
அவளின் குறிப்புத்தாள்
இன்று பறவையைப் பார்க்காத நாள்.
வளைந்து மெலிந்த
ஓர் அறுவைச் சிகிச்சை ஊசியைப்போல்
அவளின் குறிப்பிலேயே
வளைந்துபோய்க் கிடக்கிறேன்.

பட்டியில் பிறக்கும் யோகம்

மேய்ச்சலின் பொருட்டே
நடு நகருக்கு
வந்த ஆடுகள்
எச்சில் தட்டுப் பாக்கு மட்டைகளை
பச்சிலை போல்
சப்தமெழத் தின்கையில்தான்
தார் ரோட்டின் மீது
கருங்குட்டியை ஈன்றதோர் சினை ஆடு
சாக்குப் பையை மறைப்பாக்கிய
மேய்ப்பர் சொன்னார்
எல்லா ஆடுகளுக்குமா வாய்க்கிறது
பட்டியில் பிறக்கும் யோகம்.

எந்த விளக்கையும் இன்று வரை
ஒரே தீக்குச்சியால்
ஏற்ற முடியாத என்னால்
கையில் குளுக்கோஸ் ஏறும் அப்பாவுக்கு
கடைசி பீடியைப் பற்றவைக்கும்வரை
நம்பவில்லை
ஒரே தீக்குச்சியால் முடியும் என்று.

சாபத்தின் நிழல்

கழுத்தை இழுத்து
முத்தமிடுகிறது குழந்தை
என் பிடரியில் புரளும் அதன்
விரல் குறுகுறுப்பில்
புகை போல் நெளிகிறது
முன்னூறு நானூறு குழந்தைகளின்
குவிந்து கிடக்கும்
துண்டாடப்பட்ட குறு விரல்களின் குவியல்
மறவாமை என்பது சாபத்தின் நிழல்.

ஆதி ரகசியத்தின் ஒரு துளி

நண்பனும் கவிஞனுமான ஒருவன் உளறினான்
சுராபானமோ சோமபானமோ
வார்த்தைகளாய் வழிந்தது.
கானகத்துப் பாதை நுனியின்
நீர்ச் சுரப்பு வன ரகசியம்.
ஆணால் உணரவே முடியாத
அன்னையின் பால் சுரப்பு ஆதி ரகசியம்.
அழுது புரண்டவனின் உள்ளங்கையில்
அரைத்த இலை மருதாணியை வட்டமிட்டேன்.
தவித்துப்போனவனிடம் சொன்னேன்
இது போல் ஆயிரம் மடங்கு
அந்த ஆதி ரகசியத்தின் ஒரு துளிக்கு.

ஒரு கைக் கடிகாரத்தைப் பரிசளிப்பதென்பது

யாருக்கேனும் ஒரு கைக் கடிகாரத்தைப் பரிசளிப்பதென்பது
அவர்களுடைய ஒரு நாளின்
சில நிமிடங்களில் நாமும் உடன் வாழ்வது.
உச்சரித்த ஒரு சொல்லாக
நொடி முள்ளின் பாஷையை மாற்றியமைப்பது
செல் தீர்ந்து நிற்கும்போதெல்லாம்
நல்லாருக்கியா என்றொரு
பதட்டம் நிரப்பிய விசாரிப்பை
எதிர்கொள்வது.
துயரத்து நிமிடங்களைக் கடக்க
அவர்களின்
கைகளை இறுகப் பற்றிக்கொள்வது.
பனிரெண்டு மணிக்கு என்னை நினைத்துக்கொண்டிருக்காதே என்று
குரங்கை நினைக்காமல் மருந்தைக் குடி என்ற கதையை மீட்டெடுப்பது.
உலகத்துக் குழந்தைகளுக்கெல்லாம்
முதல் கடிகாரத்தைப் பரிசளிக்க வேண்டும்
என்ற பெரிய ஆசையையும்
கடிகாரம் கட்ட விரும்பாத
ஒரே ஒரு பெரிய குழந்தைக்குத்
தொடர்ந்து
பரிசளித்துக் கொண்டேயிருக்கவேண்டும்
என்ற சிறிய ஆசையையும்
ஒரு முறை உச்சரித்துப் பார்த்துக்கொள்கிறேன்.

அப்பத்தாவின் பாவனைக்குள் ஒரு சிறுமி

அம்மி கொத்துவதை
போலிஸ்கார அப்பத்தா வீட்டில்தான் பார்த்ததாய் நினைவு
இறந்தகாலமும் நிகழ்காலமும்
மயங்கி மயங்கிப் பிறழ்ந்துகிடந்த
அப்பத்தாவின் அந்திமம் அது.
கல்யாணத்தப்ப எனக்குப் பதினோரு வயது
என்ற சொல்லின் அடுத்த நொடியில்
அப்பத்தாவின் பாவனைக்குள்
ஒரு சிறுமி புகுந்தாள்.
கை சிவந்து போச்சுன்னு ஊதினேன்
உடனே அம்மாவுக்குத் தெரியாமல்
திருடனாட்டமா வந்து அரைச்சாரு அந்த
போலிஸ்காரு.
வாயத் திறந்துகிட்டு சிரிக்காத கல்லாசாரி
வட்டப் பூவா பொலிந்து வை
அதட்டிவிட்டு மறுபடியும் சிரித்த
அப்பத்தாவின் சிவந்த முகம்
இன்றும் ஒரு முறை வந்து போனது
அமேசானின் விளம்பரத்துப் பெண்ணின் வார்த்தைகளுக்குள்
கல்லால் செய்த அம்மிக்கல்
விற்பனைக்காம்.

மார்ச் 8

உலகப் பெண்கள் தினமா
உள்ளூர்ப் பெண்கள் தினமா
என்று குழம்பிப்போன
இளைஞன் ஒருவன்
பொதுவாய் பெண்கள் தின வாழ்த்து என்று
காதலுக்கான விண்ணப்பத் திறவுகோலை
அனுப்புகிறான்
இன்று.

நடுநிசியிலிருந்து
அலைபேசிகளில் அலைந்துகொண்டேயிருக்கிறாள்
கருச் சுமந்த அன்னை ஒருத்தி
முன் தள்ளிய வயிற்றுடன்
பிங்க் நிறக் கோட்டோவியமாய்
இன்று.

ஊதாவும் இளஞ்சிவப்புமான
பட்டுப்பூச்சிகள் பறந்து திரியும்
சேலை ஒன்றைப் பரிசளிக்கிறான்
ஒரு புதுக் கணவன்
இன்று.

தன் ஒரே சொத்தை துணைவியின் பெயரில்
வாங்கிய ஒருவர்
வாழ்த்துச் சொல்லாமல்
ஒரு மீம்சைச் சொல்லிச் சிரித்து நகர்கிறார் இன்று.

மருதாணியிட்ட தன் இணைவியின் கரத்தில்
எலுமிச்சைச் சாறு பிழிந்து
நாளின் மீது கூடுதலாய் சிவப்பேற்றுகிறார்
ஒருவர் இன்று.

பெண்ணே நீ
"என் எஜமானியல்ல
அடிமையும் அல்ல
எதிர் சமம்
நீயும் நானும்"
என்ற ஒரு கவிஞனின் வார்த்தைகளை
உச்சியில் சூடிக்கொள்கிறது இந்த நாள்.

உடல் நலிவுறுதல் என்பது

உடல் நலிவுறுதல் என்பது
பெறப்போகும் ஞானத்தின்
ஒரு சிறு திறவுகோல்.

நலிவு மீண்டவரின் உடல்
குதிரைப் படை கடந்து சென்ற
காட்டின் வழிப் பாதை.

நான் உன்னுடன் இருக்கிறேன்
என்ற வார்த்தைகளை
சிவந்த ஆப்பிள்களாகவும்
புளித்த ஆரஞ்சுப் பழங்களாகவும்
மாற்றித் தருகிறார்கள்
நோயுற்றவரின் கரங்களில்.

சதுர ரொட்டித் துண்டின்
கெட்டிப்பட்ட ஓரங்களைப்
பகிர்ந்துகொள்ளக் காத்திருக்கின்றன
பழகிப்போன காக்கைகளும் பூனைகளும்.

நோயாளியின் அணுக்கனுக்குத்
தெரிவதேயில்லை
அவள் வழக்கமாய்

நெற்றிப் பொட்டிடும் இடம்
சற்று மேல் அல்லது கீழ்
ஒட்டப்பட்ட பொட்டில்
அத்தனை சோபையும் வந்து சேர்கிறது.
இதே கதைதான் தலைசீவலுக்கும்
வகிடு எடுக்காமல் சீவத் தெரியாது
நடு வகிடு எடுத்து இரு புறமும் வழித்துச் சீவி
வாணிஸ்ரீயாக்கிவிடுகிறான்.

அரிசிக் கஞ்சிக்கு
ஆட்காட்டி விரலால் தொட்டு இழுத்துக்கொள்ளும்
ஒரு துளி ஊறுகாயில்
உயிர்பிடிக்கத் துவங்குகிறார்கள்
காய்ச்சலாளிகள்.

மாலை நேரத்துப் பறவைகள்

மாலை நேரத்துப் பறவைகள்
எந்த திசையில் பறந்தாலும்
வீட்டை நோக்கித்தான் பறக்கின்றன.
எண்ணெய் தேசத்திற்குத் தந்தையை
அனுப்பி வைத்த ஒருத்தி
அன்னையிடம் கேட்கிறாள்
அப்பாவுக்கும் இறக்கையிருந்தா
தினமும் வந்திடுவாராம்மா.

யமுனாவும் பாபுவும்

ஒரு காய்ச்சல் வந்து சென்ற முகத்தை
யாரோ துலக்கி வைத்துவிடுகிறார்கள்
ஒரு துண்டு கேக்கைச்
சுற்றி வைத்த வெண்ணெய்த் தாள்
உலர்ந்ததெனப் பொலிகிறது
அழகுச் சுடர் சோர்ந்து சுடர்கிறது
சிறு செடியில் கிளம்பும் துளிர்
கண்ணிற்குப் புலனாகிறது
படுத்தே கிடந்த நிலை மாறி
சாய்வு நாற்காலியில் சிறிது
சாய்ந்து உட்கார்கையில்
புதிதாய்ப் பிறக்கிறாள்
பொருது மீண்ட ஒரு சிற்றரசி
காய்ச்சலின்போதெல்லாம்
அன்பின் அதீதம் கூடக் காரணம்
யமுனாவும் பாபுவுமா
என்கிறாள் ஒருத்தி.

கன்னியாஸ்திரி ஆதல் என்பது

அறத்தின் பெயரால்
ஒரு நொடி உறைந்து மீள்கிறது
இந்த உலகு.

குழந்தைகள் பயந்திருக்கிறார்கள் கொன்றுவிடாதீர்கள் என்று
துப்பாக்கிகளின் முன்னால்
உலகின் ஒரு மூலையில்
மண்டியிட்ட ஒரு கன்னியாஸ்திரி
கெஞ்சும் மொழி புரியவில்லை
அவரது கண்களும் முழந்தாளும்
இறைஞ்சும் கைகளின் மொழியும்
இந்த உலகத்திற்குச் சொல்கிறது
கன்னியாஸ்திரி ஆதல் என்பது
எல்லாக் குழந்தைகளுக்கும் தாய் ஆகுதல்.

ஒரு யானையைக் கொல்வது என்பது

வலிக்காமல் ஒரு யானையைக்
கொல்வது என்பது
ஈட்டியை அதன் இதயத்தில் சொருகியிழுப்பது
உணவு தேடும் அதன் வலசைப் பாதையை
அடைத்தல் என்பது
யானையை மெல்லக் கொல்லுதல்.
விரைந்து கொன்றவர்கள் அன்று
பரணி பாடினார்கள்
மெல்லக் கொன்றவர்கள் இன்று
ஆட்டம் ஆடுகிறார்கள்.

அன்பிற்குள் இடைச்செருகலாகாதே!

பூங்காவின் ஊஞ்சலில்
தாத்தாவை அமர வைத்து
இரு புறக் கம்பி
பிடித்திழுத்து ஆட்டுகிறார்
அங்கொரு பாட்டி
அவருக்கு வயதிருக்கும்
எழுபது நிச்சயமாய்
முகச் சுருக்கம்
வரைந்து காட்டியது வெட்கத்தின் சாயலை
தாத்தாவின் கைச் சதை ஆடல்
ஊஞ்சலோடு இசைந்தாடியது
அவர்களோடு ஒரு
தற்படம் எடுக்க ஓடிய மனதைப்
பிடித்திழுத்து வந்தேன்
அந்த ஏகாந்தப் பரிசுத்த
அன்பிற்குள்
ஓர் இடைச்செருகலாகாதே மனமே.

திடுதிப்பென்று அழகாகிவிடுகிறவர்கள்

திருமண வீட்டில்
கை கழுவி வரும் வரை
மனைவியின் கைப்பையைத்
தோளில் தாங்கி நிற்கும்
ஆணும்,
மனைவியைத் தொடர்ந்து சாப்பிடும்படி
தோளை அழுத்தி அமரவைத்துவிட்டு
கைக்குழந்தைக்குக் கழிவு கழுவ
இலையை விட்டு
எழுந்து ஓடும்
அந்த இளம் தகப்பனும்
திடுதிப்பென்று அழகாகிவிடுகிறார்கள்.

அறுபத்து ஐந்தாம் ஆயகலை

புத்தகத்தின் மூலை ஓரங்களை மடக்குவது
எனக்கும் பிடிக்காதுதான்
அப்பா போலவே
ஆனாலும் தேர்வுக்கு முதல் நாள்
முக்கியம் முக்கியம் என்பதை
மடக்காமல் இருந்ததில்லை.
மடக்கியதை அப்பா சரி செய்வது
ஒரு செல்ல நாய்க்குட்டியின்
காதுகளை நீவிக் கொஞ்சுவதுபோல் அத்தனை அழகாயிருக்கும்
வலிக்காமல் எதிர்ப் பக்கத்திற்கு
ஓரிரு முறை மடக்கி பெருவிரல் நகத்தால் நீவி
பத்திருபது தாள்களை
முன்பும் பின்பும் அழுத்தி வைப்பதை
அப்பா செய்யும்போது தோன்றும்
இது அறுபத்து ஐந்தாம் ஆயகலை.

சித்தப்பா பேசாமல் இருந்தபோதும்
இப்படித்தான் வலிக்காமல் நீவினார்.

எத்தனை முயன்றும்
அப்பாவின் கலை
எனக்கு கைவருவதில்லை.
மனசுகளை மடக்காமலிருக்கவும்
தெரிவதில்லை
மடங்கியதை நேராக்கவும்
தெரிவதில்லை.

ஆண்களுக்கு வரும் வெட்கம்

நெடுஞ்சாலையின் ஒரு மரத்தடியில் அந்த இருவரைப்பார்த்தேன்.
அவன் வண்டியை நிறுத்தி
இடது கையில் பிடித்தபடி அலைபேசிக்கொண்டிருந்தான்.
அவள் அவன் மீசையில் இருந்த
ஒற்றை வெள்ளைக் கேசத்தை
அகற்றும் முயற்சியில்
நாக்கைத் துருத்தியபடி
கவனம் குவித்து இருந்தாள்.
அவளது வலது கையைத்
தடுத்து தன் சட்டைப் பாக்கெட்டோடு
அழுத்திப் பிடித்தபடியே பேசிக்கொண்டேயிருந்தான்.
அவள் விடாது கருப்பாக
இடது கையால் பிடுங்கிஎடுத்து
சோப்புக் குமிழ் ஊதும் குழந்தையாய் மாறி
உதடு குவித்து காற்றில் பறக்கவிட்டாள்.
காட்டில் இருக்கும் ஆள்காட்டிக் குருவி போல
அவள் கண்களில் மனங்காட்டிக் குருவி
பறந்ததைப் பார்த்தேன்.
வெண்கேசம் எடுத்த வெற்றியை
கட்டைவிரலை உயர்த்திக் காட்டினேன்.
அட... ஆண்களுக்கு வரும் வெட்கம்
அப்படி ஓர் அழகு.

உள்ளங்கைக்குள் ஒரு பனிக்கட்டி

நூறு ரூபாய்த் தாளுக்கு
சில்லறை இல்லை என
பத்துரூபாய்க்கான மட்ட ரகக் குளிர்பானத்தைத்
திருப்பித் தந்துகொண்டிருந்த ஒருத்திக்கு
சில்லறை தந்தபோது
நன்றியுடன் புலம்பினாள்
ஊருக்கே ஜூஸ் வித்த ஒத்தக்கை ஐஸ்காரரு புள்ளைனா
வெயில் அடிக்காமயா போகும்
வெயில் மண்டயப் பொழக்குதே.

அவளின் வார்த்தைகளைப் பிடித்துக்கொண்டே
என் பிள்ளைப் பிராயத்துள் போனேன்.
ஒரு பெரிய காலுடைந்த நாய் ஒன்றை
நகர்த்திவருவது போல்தான்
சைக்கிள் டயர் போட்ட மர வண்டியை
ஒற்றைக் கையால் தள்ளி வருவார் அவர்.
சிறு பிள்ளைகள் கூட்டமாய் ஐசேய் ஐசேய்
என்று கூறவேண்டும்.
அடுத்த வீதி துவங்குகையில்
அந்த வீதிப் பிள்ளைகளுக்குக் கத்தித் தொடரும்
பொறுப்பை ஒப்படைப்போம்.
அதற்கு முன் அவரவர் உள்ளங்கை கொள்ளுமளவு ஜூசைக்
காசில்லாமல் ஊற்றுவார்.
வாத்தியார் புள்ளைக்கு கணீர்னு குரல்

நாலு வீதிக்குக் கேட்கும் என்று
எனக்கு மட்டும்
இரண்டு முறை உள்ளங்கை நிறைப்பார்.
கழுவினாலும் போகாத சிவப்பு பார்த்து
அம்மாவின் திட்டு தொடரும்
பசங்களோடதான் எந்நேரமும் விளையாட்டு
கண்ட சாக்ரின் தண்ணி குடி
காய்ச்சல் வரட்டும் நல்லா
அப்பா வரட்டும் சொல்றேன்.
ஒரு முறை கூட அம்மா
அப்பாவிடம் சொன்னதும் இல்லை.
காசு கொடுத்துக் குடித்ததும் இல்லை.

துளித் துளியாய்ப் பெற்ற அன்பைச்
சேர்த்து வைத்துத்
திரும்பத் தரும்போதெல்லாம்
உள்ளங்கைக்குள் ஒரு பனிக்கட்டியை
யாரோ வைத்துவிடுகிறார்கள்.

அன்பின் அடவுகள்

கரும்புச்சாறு விற்கும் இடத்தில்
மூன்று சிறுமிகள்
ஒரே குவளையின் சாறை
ஆளுக்கொரு மிடறாய்
வாய்வைத்துப் பருகுகிறார்கள்.
துளி கூடக் குறையவுமில்லை
கூடவும் இல்லை
காசில்லாதவர்களின் பிள்ளைகள்
மிகத் துல்லியமாய்ப் பகிரப்
பழகிக்கொள்கிறார்கள்.
நின்றுகொண்டே தேங்காய் மட்டை உரிக்கும்
இரும்புக் கருவியை விற்கத் தயாராய்
நிற்கும் அம்மாவைப் பார்த்து
ஒருத்தி ஜாடை செய்கிறாள்
வேண்டுமா என்று
சிரித்துத் தலையாட்டுகிறாள் அம்மா.
அடுத்தவள் இந்தா என்று நீட்டுகிறாள்
நீங்கள் குடியுங்கள் என்று
கை ஆட்டுகிறாள் அம்மா.
அடுத்தவள் குவளையை அம்மாவின்
வாயருகே கொண்டுவருகிறாள்.
வெற்றிலை போட்டிருப்பதாக வாயைத் திறந்து காட்டுகிறாள் அம்மா.
சொற்கள் அற்ற அந்த
அன்பின் அடவுகளுக்கு கடைக்காரர்
அதே ஒற்றைக் குவளையில்
மேலும் கொஞ்சம் நற்கருப்பஞ்சாற்றை
வார்க்கிறார்.

மார்ச் மாதம் அப்பா மாதம்

எங்களுக்கு
மார்ச் மாதம் அப்பா மாதம்.
ஆனால்
பங்குனி வளர்பிறை ஏகாதசி
அப்பாவின் நாள் என்றார்கள்.
படையல் இட்டு
அன்னம் கூட்டு அப்பளம் பஜ்ஜி
வைத்து நிறை செம்பு நீர் வளாவி
சிற்றிலை வாழைக் கிழிசலில்
எல்லாம் வைத்து
அப்பாவை அழைப்பதாகக்
காக்கையை அழைத்தோம்.
அக்கா அதில்
திராட்சைகளைச் சேர்த்து வைத்தாள்.
அக்காவுக்கும் அப்பாவுக்கும்
திராட்சை என்றால் எப்போதும்
தனிப் பிரியம்.
அப்பளத்தை எடுக்காத
காக்கையை நேற்றுப் பார்த்தேன்.
திராட்சைப் பழத்தைக் கவ்விய காக்கை
தலை சாய்த்துப் பார்த்ததும்
உள்ளுக்குள் ஓடியது ஒரு குளிர் ரேகை.
திரும்பிப் பார்த்தேன்.
அக்காவின் கண்களில் இருந்து
உதிர்கின்றன
கண்ணாடிப் பழங்கள்.

காயா? பழமா?

நீ சண்டையிட்டுச்
சென்ற நாளில்
நட்டு வைத்த செடியில்
பூக்கள் பூக்கத் துவங்கிவிட்டன.
சொல் உனக்கு என்ன வேண்டும்?
காயா? பழமா?

நண்டூருது நரியூருது

நீ விளையாடும் வரை
நினைத்திருந்தேன்
நண்டூருது நரியூருது
குழந்தைகள் விளையாட்டென்று.

சிட்டுக்குருவி நாள்

பெயர் தெரியாத பறவை ஒன்று
நடு உச்சியில் எச்சமிட்டது போல்
ஒரு சிட்டுக்குருவியும் கண்ணில் படாத
இந்த சிட்டுக்குருவி நாள்
முடிந்துகொண்டிருக்கிறது.

கவிதை தினம்

அணைக்கட்டின் முன்
அமைதியாய்க் கொஞ்சம் நேரம் நின்றேன்.
அது உன்னிடம் ஒரு கவிதையா
சொன்னது என்றார்கள்.
அணைக்கட்டிடம் ஆறுதலாய்
நான் சொன்னேன்.
ஆழியாற்றுக் கவிஞரின் ஒரு கவிதையை
"அணைகளை உடையுங்கள்
ஆறுகள் பாடட்டும்".

வாட்டர் மெலன் வரைந்த சிறுமி

பல்பொருள் அங்காடிக் கடையின் ஒரு மூலையிலிருந்த
பழரசப் பகுதியின் மேசையில்
அவர்களைப் பார்த்தேன்
அப்பாவும் சிறு பெண்ணும்
எதிரில் ஒரு தட்டில்
படகு போல் ஒரு தர்பூசணித் துண்டு.
சிறு துண்டுகளாக்கி மரக்குச்சி தருவதாகச்
சொன்ன பணியாளரைக் கையால் மறுத்து
வேண்டாமென்றார்.
அப்பா சட்டைப் பாக்கெட்டிலிருந்து
ஒரு தாளை எடுத்தார்.
சுவாரசியத்தை அடக்கமுடியாது எட்டிப்பார்த்தேன்
வரைந்த ஒரு சிவப்பு தர்பூசணி இருந்தது.
விதை இப்படி எல்லாப் பக்கமும் இருக்காது.
அடியில் வரிசை பார் என்றார்
இப்படித்தான் வரையணும்.
சாப்பிடுவதில் ஆசையாய் இருந்த
அந்த எட்டு வயதுச் சிறுமி
என்னைப் பார்த்தபோதுதான் நினைத்தேன்
கொஞ்சம் சத்தமாகத்தான் சிரித்துவிட்டேனோ.
அம்மாவுக்கு ஒரு பீஸ் என்றதும்
சளிப் பிடித்த உனக்கு வாங்கியது தெரிந்தாலே
என்னைப் பீஸ் பீஸாக்கிவிடுவாள் என்றாலும்

கடைசியில் குழந்தைதான் வென்றாள்.
வண்டியின் பின் உட்கார்ந்தவளின் இருகைகளையும் சேர்த்த
சிவப்புப் பிறை நிலாவாய் ஒரு தர்பூசணித் துண்டு.
என்னைப் பார்த்துத் தலையாட்டியவளின்
இரண்டு குதிரைவாலும்
உன்னைத் தெரியும் தெரியும் என்பதாய்க் குதித்தது என்னைப் பார்த்து.
அம்மாக்கள் வயிற்றில்
குழந்தையை சுமப்பது போல்
கடைக்குச் சென்றாலும்
குழந்தைகள்
அம்மாவை சுமக்கிறார்கள்.

விடாய் பட்ட சின்னஞ் சிறுமி ஒருத்தி

நேற்றிலிருந்து
விடாய் பட்ட சின்னஞ் சிறுமி ஒருத்தி
விடாமல் அறுபது முறையாவது
என் தோள் தொட்டுத் திருப்பி
என்னிடம் சொல்லிக்கொண்டேயிருக்கிறாள்
பருப்பு சோறு சாப்பிட்டுவிட்டேனே என்று.
கனவிலோ நனவிலோ
வாழ்த்திக்கொண்டேயிருக்கிறேன்
நன்றாயிரு மகளே
நன்றாயிரு மகளே
விடியல் வரும்.

கோடை நல்லது

ஒவ்வொரு கோடையிலும்
யாரோ ஒருவர்
யாரோ ஒருவர்க்காக
நெகிழிப் புட்டியின் நீரைத்
தான் அதிகதிகமாகக்
குடித்தது போல் நடிக்கிறார்கள்
இன்னொருவரை
அதிகமாய்க் குடிக்க வைப்பதற்காக.
சில விரற்கடையேனும் உயரமாகிப்போகிறார்கள்
இந்த அன்பின் நாடகத்தில்.
கோடை நல்லதுதான்.

உயிர்த்தெழும் நாள்

அவளுடன் பேருந்தில் பயணித்தேன்.
சன்னலின் வழியே
பச்சை பார்த்துக் கத்தினாள்
பத்து மணி வெயிலில் தக்காளிக்குத்
தண்ணி பாய்க்கறாம் பாரு
பொழப்புக்கெட்ட குடியானவன்
பண்ணயம் பாக்கற லட்சணம்.
பேருந்து இன்னும் கொஞ்சம் நகர்ந்தவுடன்
முடி வெட்டாத புள்ளயாட்டமா
தென்னமரம் பூரா
ஓலை காஞ்சு தொங்குது
என்ன பார்க்கறானுக
கூறு கெட்டவனுக.
அடுத்து சிறு குட்டை வந்ததும் சினந்தாள்
மனுசங் கண்டுபுடுச்சதுலயே
படுமோசம் அணுகுண்டுங்கறாங்க
அது தப்புப்பா
புல்டோசர் வண்டிங்கறதுதான் சரி.
குளங்களப் பூரா ராத்திரியோட ராத்திரியா இழுத்துவிட்டு
மனையிடம் விற்பனைக்குன்னு
பலகை வச்சதே இந்த புல்டோசர்தான்.
லாட்டரி ஒழியலப்பா
தக்காளி விலை லாட்டரி விழுற மாதிரித்தான்
சில சமயம் தூக்கும்

சில சமயம் புட்டுக்கும்.
சன்னலில் தெரியும் எல்லாப் பச்சைப் பயிரையும்
தன் பச்சையமாய்ப் பார்க்கும்
அவளின் அருகாமையினால்
உயிர்த்தெழத் தொடங்குகிறது இந்த நாள்.

இந்த வருடத்தின் வெயில் கொஞ்சம் அதிகம்தான்!

ஒரே வீதியில் நான்கு இடத்தில்
முளைத்திருக்கும்
தர்பூசணிக் கடைகள்
சொல்கின்றன
இந்த வருடத்தின் வெயில்
கொஞ்சம் அதிகம்தான்.

ஒலி பெருக்கியின் முன்
ஒழுக்கம் ஒழுக்கமாக
சிலர் பேசும்
பேச்சுகள் சொல்கின்றன
இந்த வருடத்தின் வெயில்
ரொம்ப அதிகம்தான்.

மகள் இருக்கும் வீடு

தீபச்சுடர் ஓர் இடத்தில் இருந்தால்
அது மகள் இல்லாத வீடு.
ஒரு தீபச்சுடர் வீடு முழுக்க நகர்ந்து
கொண்டிருந்தால்
அது மகள் இருக்கும் வீடு.

கல்பேச்சு

கல் பேச்சு—1

தேய்ந்து கொண்டேயிருக்கிறோமே
என்ற வருத்தம் இல்லையா
என்றேன் கூழாங்கல்லிடம்.
மாறிக்கொண்டே இருக்கிறேன்
என்ற மகிழ்ச்சியில் இருக்கிறேன்
என்றது அது.

கல்பேச்சு—2

வரவேற்பறையில்
புத்தன் சிலைக்கருகே
கொஞ்சம் வழவழத்த கற்கள்.
தியானிக்கிறாயா என்றேன்.
வாசலைப்பார் என்றது.
நாக்கைத் துருத்தி
அஞ்சாங்கல் ஆடும் சிறுமியின்
உள்ளங்கைக்குள்
உட்கார தியானித்துக்
கொண்டிருந்தன
ஐந்து கற்கள்.

கல் பேச்சு—3

கல் என்பதா
சிலை என்பதா
என்றேன்.
கற்சிலை என்று சொல்
என்றது.

கல்பேச்சு—4

கண்ணீர் விட்டதுண்டா
என்றேன்.
பின் சதிக்கல் எல்லாம்
என்னவாம்
என் கண்ணீர்த்துளிகள்
என்றது.

கல்பேச்சு—5

செதுக்கி வடித்த
சிற்பியை நினைப்பதுண்டா
என்றேன்.
தொழுதவர்கள்
வேண்டுதலை மறந்து நிற்கும்போது
நான் சிற்பியைத்
தொழுவேன்.

கல் பேச்சு—6

கல் எல்லாம் மாணிக்கக்
கல் ஆகுமா என்றேன்.
ச்ச்சீசீய்...
நான் அரசியல் பேசுவேன்
அரசியல்வாதி பற்றிப் பேச
விரும்பவில்லை என்றது .

கல் பேச்சு—7

ஏன் உம் என்றிருக்கிறாய்
கொஞ்சம் பேசேன் என்றேன்.
அகழ்ந்த கிழங்கு என என்னைப் பார்த்து
ஏமாந்தது ஒரு குழந்தை.
பசியின் மீது கல்லைத்
தூக்கிப்போடனும் என்று
விசும்பியது கல்.

கல்பேச்சு—8

உயரமான உன்மலை மீது ஏறி
தியானிக்க வருபவர்க்கு
ஏதேனும் சொல்லவிரும்புவாயா என்றேன்.
நான் அவ்வளவு உயரமில்லை.

கல்பேச்சு 9

குழந்தைகள் உன்னை வைத்து
விளையாடும் போது
ஏதேனும் நினைப்பதுண்டா
என்றேன்.
நான் ஒன்றும் அவ்வளவு கடினமில்லை
என்று நினைத்துக்கொள்வேன்.

கல்பேச்சு–10

பெருமைப்பட்ட தருணம் உண்டா என்றேன்.
அகலிகை கதைசொல்ல
கல்லிகை என்று
என்னை அழைத்த
ஞானியை நினைக்கும்போதெல்லாம்
குளிர்ந்துபோவேன்.

கல்பேச்சு—11

மலை மேலிருந்து
சிறுகல் என
விளையாட்டாய் யாராவது கீழே வீசினால்..
என்றேன்.
கீழிருந்து யாராவது
விளையாட்டாய்
மேலே வீசுவார்கள் .
காலத்தின் கைகளிலே
நான் ஒரு சுழற்கோப்பை என்றது.

கல்பேச்சு—12

ஏதோ கேட்கத்துவங்கினேன்
உஷ் என்றது.
சிறுமி ஒருத்தி
கூழாங்கல்லின் குளிர்மையைக்
கன்னத்துள் இறக்கிக்கொண்டிருந்தாள்.

கல் பேச்சு—13

கடவுள் நம்பிக்கை உண்டா
என்றேன்.
சிற்பி நம்பிக்கை உண்டு
என்றது.

கல்பேச்சு—14

சொல்பேச்சு கேட்காமல்
இருந்ததுண்டா என்றேன்.
ம்ம்..
பெரியநந்தியாய்
தஞ்சையில் இருக்க வேண்டிய நான்
உடைந்த நந்தியாய்
பக்கத்து ஊரில் இருக்கிறேன்.

கல்பேச்சு—15

உனக்குள் குகை
குகைக்குள் சிங்கம்
உண்மையா என்றேன்.
உனக்குள் இல்லையா
சிங்கமும் குகையும் என்றது.

கல்பேச்சு—16

கல் மனசா உனக்கு
என்றேன்.
நல்ல உளிகள் சொல்லும்
வெண்ணெய் போலக் கல் என்று.

கல்பேச்சு—17

மீன்கள் முத்தமிடும் போது
நீ என்ன சொல்வாய்
என்றேன்.
காதலிப்பதாய் கர்வம் கொள்ளாதே
பாசத்தால் பசி தீர்க்கிறேன்
உண்டு போ.

கல்பேச்சு—18

யாருடைய மண்டையையாவது
உடைக்க நினைத்ததுண்டா
என்றேன்.
சாப்பாட்டில் கல் என்று
உணவுத்தட்டை
பறக்கும் தட்டு ஆக்கியவர்களை.

கல்பேச்சு—19

ஆயுதம் ஆனதற்காக
எப்போதாவது
மகிழ்ந்தது உண்டா என்றேன்.
வேலைக்குப் போகும் பெண்கள்
பற்றிப் பேசிய வீட்டின் முன்
கவின் மலர் கையில் ஆயுதமாய் நான் இருந்த நொடி
எனக்கு கர்வம் முளைத்த நொடி.

கல்பேச்சு –20

திக்கித் திணறிப் பேசும்
சிறுமியின்
வாய்க்குள் இருந்தபடி என்ன பேசினாய்
என்றேன்.
நல்ல மருத்துவரைச் சென்று பார்
என்றேன்.

கல்பேச்சு–21

உளி என்பது
சிற்பியின் விரல்களா கண்களா
என்றேன்.
சிற்பியின்ஆன்மா
என்றது கல்.

கல்பேச்சு–22

இளவட்டக்கல் என்றதும்
எங்களுக்கு வீரம் வரும்
உனக்கு என்றேன்.
ம்ஹூம்..
எனக்கு நாணம்
என்றது கல்.

கல்பேச்சு—23

கல்வெட்டு என்பது..
என் பேச்சை
இடைவெட்டிய
கல் சொன்னது
எல்லாக் கல்வெட்டிலும்
பொறிக்கப்பட்டிருப்பது
மரணத்தை வென்றுவிட்டேன் என்ற
மனிதனின் பெரும்பொய்.

கல்பேச்சு—24

மாமல்லபுரம் வந்தால்
கல்பேசும் என்கிறார்களே
என்றேன்.
மனம் பேசும்
என்றது கல்.

கல்பேச்சு—25

செங்கல் என்பதும்
நீங்கள்தானா
என்றேன்
கட்டுக்கதைகளை நம்பாதீர்
என்றதுகல்

கல்பேச்சு—26

இன்று பௌர்ணமி
வட்டநிலவுக்குள்
நீ இருக்கிறாயா என்றேன்.
அதைச் சொல்லவும்
ஆம்ஸ்ட்ராங் வர வேண்டியிருந்தது
என்றது கல்.

கல்பேச்சு —27

அம்மி மிதிக்கும்போது
வருந்துவாயா
என்றேன்.
இதே போல் அநீதியையும் மிதி
என்பேன் மணப்பெண்ணிடம்
என்றது கல்.

கல்பேச்சு—28

ஒன்றுக்குள் ஒன்றாய் இருக்கும்
கல்சங்கிலி பற்றி
ஏதேனும் சொல்வாயா
என்றேன்.
மனிதன் நினைத்தால்
முடியாதது இல்லை.

கல்பேச்சு—29

இரும்பை
எடைக்கல் என்பதில்
வருத்தமா என்றேன்.
அதை வைத்து ஏமாற்றும்போதுதான்
வருந்துவேன் என்றது கல்.

கல்பேச்சு—30

ஓட்டாஞ்சில்லிகளைக்
கைவிட்டுப் பருவத்திற்குள்
பயணிக்கும் சிறுமிகளைப்
பார்த்தால் என்ன நினைப்பாய்
என்றேன்.
வானவில்லைப் பிடித்துத் தர
நினைப்பேன் என்றது கல்.

கல்பேச்சு—31

யாரேனும் உன்னை
மலம் துடைக்கும் கல் என்று சொன்னால்
சோகம் வருமா என்றேன்.
எதற்குப் பூசி மெழுகுகிறாய்
பீ துடைக்கும் கல் என்றே சொல்
என்பேன்
என்றது கல்.

கல்பேச்சு—32

ஆற்றில் ஓட்டமிடும்
கல்லை நிறுத்திக் கேட்டேன்
உன்னை மாற்றுவது எது
நீரா நிலமா காற்றா வெயிலா?
கல் சொன்னது;
பயணம்.

கல்பேச்சு—33

சிறார் கதையைப்
பாதியில் நிறுத்திக் கேட்டேன்
மந்திரித்த கல்லில்
மந்திரம் என்பது
கல்லா? சொல்லா?
கல் சொன்னது;
மனசு.

கல்பேச்சு—34

மந்திரக்கற்கள்
எதற்கு எப்போதும் மூன்று
ஒன்று போதாதா?
என்றேன்.
இரண்டு முறையாவது
மன்னிக்கப் பழக வேண்டாமா?
என்றது கல்.

கல்பேச்சு—35

எப்போதாவது மயங்கியிருக்கிறாயா?
என்றேன்.
கள்..என்ற உச்சரிப்புப்பிழையில்
மயங்கிக்கொண்டேயிருக்கிறேன்.
என்றது கல்.

கல்பேச்சு—36

எந்தப்பெண் மீதாவது
பித்தானது உண்டா நீ
என்றேன்.
என்னை அதிகமாய்
உற்றுப் பார்த்த பெண்ணால்தான்
எழுதமுடிந்தது இப்படி;
கடப்பாறைக்கு அசையாதநான்
மரத்தின் வேர்க்கு நெக்குவிடுவேன்.
ஆம்
ஔவையின் மீது நான் இன்றும்
பித்தேறிக்கிடக்கிறேன்.

கல்பேச்சு—37

உன்னில் உனக்குப்
பிடித்தது எது
வைரக்கல்லா?
என்றேன்.
பழங்கஞ்சியையும்
குடிக்க வைக்கும்
உப்புக்கல்.
என்றது கல்.

கல்பேச்சு—38

உன் பெயருடன்
ஓர் எழுத்தைச் சேர்
என்றால்....
ஆதி நீள அனுமதி கேட்டு
நடுவில் த வைசேர்ப்பேன்
காதல்.
முதல் என்றால் அகல்
கடைசி என்றால் கல்வி
என்றது கல்.

கல்பேச்சு— 39

தேரை வாழ்ந்த கல்
என்று ஒதுக்கும்போது
வலிக்குமா
என்றேன்.
உயிரைச் சுமந்த கர்வம் ஓங்கும்.
என்றது கல்.

கல்பேச்சு—40

கானகத்தின் பாறைகளிலும்
மழைதேங்கும்
கல்குழிகள்...
என்னை நம்பியிருக்கும் மேய்ப்பர்க்கு
முலையூட்டும் என் கனிவுக்கண்கள் அவை.
என்றது கல்.

கல்பேச்சு—41

தாஜ்மஹாலில்
நீ இருக்கிறாயா
என்றேன்.
சலவை செய்த காதல்
என்றது கல்.

கல்பேச்சு—42

பிடித்தவசனம் ஒன்று
என்றேன்
பாவம்செய்யாதவர்கள்
கல்எறியுங்கள்.
என்றது கல்

கல்பேச்சு—43

ஆற்றில் குளத்தில் கடலில்
எதில் இருப்பது பிடித்தம்
என்றேன் நான்.
தேங்கிக் கிடக்கப்பிடிக்காது.
ஓடிக்கொண்டேயிருக்கவேண்டும்.
எங்கிருந்தாலும் குழந்தைகளின்
கைக்கு எட்டும் தொலைவில்
இருக்கப்பிடிக்கும்.
என்றது கல்.

கல்பேச்சு—44

யாராவது கையில் எடுத்து
வீசும்போது
வேதனைப்படுவாயா
என்றேன்.
அடுத்த பயணத்திற்கு
தயாராவேன்
என்றது கல்.

கல்பேச்சு—45

வியந்ததருணம் உண்டா என்றேன்.
தன் குழந்தையின் கண்ணில் விழுந்த
எனக்காக ஒருத்தி புடவை நுனி மடித்து
கரண்டி செய்தாள்.
இரு இமைக்குள் சிறை கிடந்தேன்.
இமை கோதி என்னை வெளியில் இட்டாள்.
ஏய் வெளிய வந்திரு என்று
என்னுடன் பேசிக்கொண்டேயிருந்தாள்.
அன்பு பித்தாக்கிய தருணம்
அத்தனை லாகவம்
அத்தனை அழகு
என்றது கல்.

கல்பேச்சு—46

முத்தமிட்டிருக்கிறாயா
என்றேன்.
கல்மூக்குத்திப்
பெண்களிடம் கேட்டுப்பார்
என்றது கல்.

கல்பேச்சு—47

கல்லறை
என்பது ஏன்
என்றேன்.
மண்ணறையின்
துயரை நான்
வாங்கிக் கொள்கிறேன்
என்றது கல்.

கல்பேச்சு —48

பிடித்த ஒரு கதை சொல் என்றேன்
காகம் நீர் குடித்த கதை
என்றது கல்.

கல்பேச்சு 49

மஞ்சள் உரசும்போது
சிலிர்ப்பு வருமா என்றேன் நான்.
முதுகு தேய்த்து
அழுக்கு எடுத்த கதை நினைத்து சிரிப்பு வரும்.

கல்பேச்சு—50

வரலாற்றில்பேசியது உண்டா
என்றேன்.
கண்ணகியின் சிலம்பிலிருந்து
தெறித்து நீதிக்கு சாட்சி கூறியது
நாங்கள் தான்.
அப்போது என் பெயர்
மாணிக்கப்பரல்கள்.
என்றது கல்.

கல்பேச்சு—51

ஆற்று நீர் உருட்டிச்செல்லும்போது
என்ன நினைப்பாய்
என்றேன்.
எல்லாப்பயணமும்
ஓர் இடத்தில் முடியும்.
என்றது கல்.

கல் பேச்சு—52

சிக்கிமுக்கிக்கல் பற்றி
ஏதாவது சொல்வதற்கு உண்டா என்றேன்.
எப்போதும் எனக்கு
கிச்சுகிச்சு மூட்டும்
கசமுசா பெயர் அது. .
எனக்குள்ளேயே நெருப்பு இருக்கும்போது
அது உனக்குள் இருக்காதா என்றது கல்.

கல்பேச்சு—53

அஸ்திவாரக் கல்லாய்
அடியில் கிடப்பது பற்றி
குறை உண்டா
என்றேன்.
அடுத்தவர்க்காக வாழ்வது
அரும்கலை
எல்லோர்க்கும் அது கைவராது.
என்றது கல்.

கல்பேச்சு—54

நகரும் நதி உன்னிடம்
அப்படி சலசலவென்று
என்னதான் பேசும்
என்றேன்.
கோடைவந்து நான் வற்றும் முன்
உனக்குப் பெருங்கடல் காட்டுகிறேன்
ஓடோடி வா உருண்டோடி வா
என்று சொல்லும்.
என்றது கல்.

கல்பேச்சு—55

எரிந்து சாம்பலாவது
எரிகல்லா என்றேன்.
விழுந்து சாம்பலாகும்போதும்எரிந்துகொண்டிருப்பது
எரிகல்என்றது கல்.

கல்பேச்சு—56

கோடாரிக்கும் உளிக்கும் உள்ள
வேறுபாடு
என்றேன்.
பிளப்பதற்கும் செதுக்குவதற்கும்
உள்ள வேறுபாடு.
பிளக்க முடிந்த எல்லோராலும்
செதுக்க முடியாது.
என்றது கல்.

கல்பேச்சு—57

படிக்கல்லில் ஏறுபவர்களிடம்
ஏதேனும் சொல்லவிரும்புவாயா
என்றேன்.
ஏறுவது கடினம்.
இறங்குவது எளிது.
என்றது கல்.

கல்பேச்சு—58

ஒரே கல்லில் இரண்டு மாங்காய்
என்பது கேலிப்பேச்சா
என்றேன்.
முயற்சிப்பேச்சு
என்றது கல்.

கல்பேச்சு—59

கவண்கல் வீசுதல்
பிடிக்குமா என்றேன்.
தானே கற்கும்
ஏகலைவர்களை
எப்போதும் பிடிக்கும்
என்றது கல்.

கல்பேச்சு—60

காதலர்க்குச் சொல்ல
ஏதேனும் உண்டா
என்றேன்.
கல் போல் உறுதியாயிருங்கள்
ஆனால்
யாரையும் காயம்செய்யாதீர்கள்
என்றது கல்.

கல்பேச்சு—61

நட்டகல்லும் பேசுமோ
என்றேன்.
சிவவாக்கியாரைப்
பேசவைத்திருக்கிறோம்என்றது கல்.

கல்பேச்சு—62

கல் என்பது
ஆயுதமா
என்றேன்.
ஏந்திய கரங்கள் ஆயுதம்
என்றது கல்.

கல்பேச்சு—63

மழையிலும் வெயிலிலும்
காய்ந்து கிடக்கும்
மைல்கற்களாய்
நீங்கள்
செல்லும் தூரம் சொல்வீர்கள்
அவ்வளவு தானே என்றேன்.
கட்டினவனுடன் கசந்து
வண்டிக்காசுமின்றி
அழுதகண்களோடு
வெறுங்கைவீசி நடந்தே
அன்னைவீடு வரும் ஒருபெண்ணை
நிறுத்திக்கேள்.
எங்களைப்பார்த்தால்
எப்படி இருக்கும் என்று.
என்றது கல்.

கல்பேச்சு—64

கல்படுக்கை பற்றி
என்ன சொல்வாய்
என்றேன்.
உடையைத் துறந்தவராலும்
உறக்கத்தைத் துறக்க இயலாது.
என்றது கல்.

கல்பேச்சு—65

சாணைக்கல்
கூர்மையாக்கத்தானே?
என்றேன் .
கூர்மையாக இருந்தவரைக்
கூர்மையாக்க
என்றது கல்.

கல்பேச்சு—66

உரைகல் நிஜம் பேசுமா
என்றேன்.
பொய்யைக் காட்டும்
என்றது கல்

கல்பேச்சு—67

எழுத்தாணிகளும் கற்களும்
சந்தித்தால் என்னாகும்
என்றேன்.
மெய்க்கீர்த்திகள் உயிர்கொள்ளும்
என்றது கல்.

கல்பேச்சு—68

கல்லா மண்ணா விளையாடிய
சிறுமிகளை
நினைவில் வைத்திருப்பாயா
என்றேன்.
இந்த வாழ்வு
இரு வாய்ப்புகளைக்
கேட்டுக்கொண்டேயிருக்கும்
என்பதை மறந்து போய்
மண்ணைத் தேர்ந்த சிறுமிகளை
என்னால் மறக்கமுடிவதில்லை.
என்றது கல்.

கல்பேச்சு—69

உன்னை அடித்துத்
துவைக்கிறார்களே பாவம் நீ என்றேன்.
ம்க்கும்..
அந்திக்கருக்கலிலே
குத்துக்காலிட்டு முழங்கால் மடக்கி
முகம் புதைந்து
என் மேல் அமர்ந்து இருக்கும்
அந்த வாலைப்பருவத்தினளைக்
கேட்டுப்பார்
நான் யார் எனச் சொல்வள்.

கல்பேச்சு—70

கல்லைத்தான் மண்ணைத்தான்
காய்ச்சித்தான்
குடிக்கத்தான்
கற்பித்தானா ...
உன் கன்னத்தில் அறையும்
இப்பாடல்பற்றி சொல்வதற்கு உண்டா
என்றேன்.
பசிவந்தால் பத்தும் பறந்துபோகும்
தமிழ் பறக்காது.
என்றது கல்.

கல்பேச்சு—71

கல் சக்கரம் ஓடுமா
என்றேன்.
கலைக் கண்களுக்குள் ஓடும்
என்றது கல்.

கல்பேச்சு—72

கல் தட்டிவிட்டது
என்பவர்களைப் பார்த்தால்
என்னதோன்றும்
என்றேன்.
கால் தட்டியது என்று சொல்லமாட்டார்களா
என்று நினைப்பேன்.
சில அன்னையர்
இது தானே தட்டிய கல் என்று
என்னை அடிக்கும்போது
அழுத கண்களோடு
சிரிக்கும் குழந்தையைப்பார்த்து
இந்தநொடி இப்படியே நீள வேண்டும்
என்று நினைப்பேன்
என்றது கல்.

கல்பேச்சு—73

எறும்பு ஊரக் கல் தேயுமா
என்றேன்.
முயற்சி தொடர்ந்தால்
தோல்வி தேயும்
என்றது கல்.

கல்பேச்சு—74

ஏறமுடியாத மலை இருக்கிறதா
என்றேன்.
ஏறமுடியாது என்று
நினைக்கவைக்கும்
மலைகள் இருக்கின்றன.
என்றது கல்.

கல்பேச்சு—75

சுமைதாங்கிக்கல்லாய்
கொஞ்சம் உயரமாய் நிற்கும்
உங்கள் மீது
தலைச்சுமை இறக்குவார்களா
என்றேன்.
ஈருசுரை இழந்தவர்க்குத்தான் தெரியும்
சுமைதாங்கி என்பது
தலைச்சுமை இறக்கிவைக்க மட்டுமல்ல
மனச்சுமை இறக்கிவைக்க.
என்றது கல்.

கல்பேச்சு—76

இணையவே முடியாத
இரண்டு தண்டவாளங்களுக்கு
இடையே இருந்து இருந்து
என்ன ரகசியம் கற்றாய்
என்றேன்.
சரளைக்கற்கள் நாங்கள்
இருவருக்கும் தூதுக்கற்கள்.
சரசர என்று இரண்டு பேருடனும்
பேசிக்கொண்டேதானிருப்போம்.
இணையாத இருவரிடம்தான்
பேரன்பு தடதடத்து ஓடும்.
என்றது கல்.

கல்பேச்சு—77

யாருக்காகவாவது
வேண்டியது உண்டா
என்றேன்.
இன்றையவேண்டுதல்
சொல்கிறேன் கேள் என்றது கல்.
தன் முதல் அறுவை சிகிச்சையில்
உடலத்திலிருந்த எடுத்த கல்லை
பொக்கிசமாய்
வைத்திருக்கும் ஒரு மருத்துவச்சிறுமி
என்றும் இதேபோல்வாழிய.

கல்பேச்சு—78

பெண்களின்
பெருவிரல் அருவியில்
வழியும் பெருங்கோலங்கள்
நாம்தான் என்ற
மார்கழி மாத கர்வம் உங்களுக்கு
உண்டா என்றேன்.
எறும்பு குருவிக்கெல்லாம்
உணவூட்டும் அரிசிப்பொடியின்
சக்களத்திகளாகிப்போன
வெறும் வெங்கச்சங்கல் பொடிகளாகிப்
போனோமே என்ற
கர்வபங்கம் எங்களுக்கு உண்டு
என்றதுகல்.

கல்பேச்சு— 79

தமிழில் பிடித்த வார்த்தை என்றேன்.
குழவி .
ஆட்டுரலைக் கூட
அன்னையாய்க் காண
தமிழால் முடியும்
என்றது கல்.

கல்பேச்சு—80

கரித்துண்டு
வைரம் ஆவதற்கு
என்ன செய்தீர்கள்
என்றேன்.
ஒன்றும் செய்யாமல் இருந்தோம்
என்றது கல்.

கல்பேச்சு—81

மரம் கல்லாவதற்குக்
காரணம் என்ன
என்றேன் நான்.
காலகாலம்.
என்றது கல்.

கல்பேச்சு —82

நடுகல் என்பது
நினைவுக்கல் தானே
என்றேன்.
வீரக்கல் என்றது கல்.
வெற்றிக்கா
தோல்விக்கா
என்றேன்.
தோல்வியில் இருக்கும் வெற்றிக்கு
என்றது கல்.
வந்தால் உண்டாட்டு
வராவிட்டால் கல்நாட்டு
இன்னும் கேள்விகள் இருப்பின்
வாமு கோமு வைக்கேள்
என்றது கல்.

கல்பேச்சு—83

இந்தத் தலைமுறைக்குத்
தெரியாத கல் உண்டா
என்றேன்.
படிகாரக்கல்.
என்று என் முகம் பார்த்தது கல்.
விடிகாலைகளில் எப்போதும்
கண்ணாடிமுன் மழிக்கும்
அப்பா முகம் எழுந்து வருகிறது.
வெளேரென்று ஒரு கல்லைக் கன்னத்தில் தேய்த்து நிமிர்வார் அப்பா.
நாவை உள்கன்னத்துள் மேடாக்கிக்
கல் தேய்ப்பதை
நின்று ரசிக்கும் என்னை
எப்போதும் திட்டுவார் அம்மா.
வேடிக்கையப்பாரு
பையனாப் பிறக்க வேண்டியது இது.
சிரித்தபடி அலமாரியில் வை என கண்ணாடியைத் தரும்
அப்பாவின் கையில்
எப்போதும்இருக்கும்
படிகாரக்கல்லைத் தோற்கடித்த
அப்பாவின் குளிர்ச்சி.

கல்பேச்சு—84

மாம்பழங்களைப் பழுக்க வைக்கும்
கார்பைடு நீங்களா
என்றேன்.
தலைகுனிந்தபடி
கல் சொன்னது.
ஜி நாகராஜனை வணங்குகிறேன்.
மனிதன் மகத்தான சல்லிப்பயல்.

கல்பேச்சு—85

கல்லில்ஆண்பெண் உண்டா
என்றேன் நான்.
அலி கூட உண்டென்பது
ஸ்தபதிகளின் சொல்.
என்றது கல்.

கல்பேச்சு—86

மனிதர்களுக்கு
நீங்கள் சொல்ல விரும்புவது
ஏதேனும் உண்டா என்றேன்.
மனிதர்கள் இல்லாத இடத்திலும்
கற்கள் உண்டு.
என்றது கல்.

கல்பேச்சு—87

தஞ்சைக் கோயிலின்
விமானஒற்றைக்கல்
வந்திப் பாட்டியின்
வாசல்படிக்கல்லா?
என்றேன்.
வாய்மொழிக்கதைகளின்
வாசனையை இதயத்துக்குள்
நிரப்பப்பழகு.
எல்லாவற்றையும் மூளைக்குள்
மடித்துவைக்காதே.
கண்ணை மூடு
கற்பனை செய்
அரசனின் வெகு அருகில் நிற்கிறாள்
ஒரு வெற்றிலை வாய் பாட்டி.
எத்தனை அழகு.
நிமிர்ந்து பார் கோபுரம் தெரிகிறதா.
வியப்பு கொள்.
என்றது கல்.

கல்பேச்சு—88

பறக்கும் கல்
உண்மையா? என்றேன்.
பறக்காத பொருள்
ஏதேனும் உண்டா?
என்றது கல்.

கல்பேச்சு—89

பனிக்கட்டி மழையைக்
கல்மாரி என்பது
கொஞ்சம் அதிகம் என்பது
உனக்கே தெரியுமா?
என்றேன் நான்.
ஆலங்கட்டியில் நின்று
அடிவாங்கிப்பார்
உனக்கே தெரியும்.
அது பிரியம் கொண்ட பூனையின்
செல்லப் பிறாண்டல் .
பெருங்காதலின் பல்குறி
தீக்குள் விரலை விடும் ஞானத்தொடுகை.
என்றது கல்.

கல்பேச்சு—90

கல்லுக்கு மணம்உண்டா என்றேன்.
தருமி நாகேஷ் போல
நடுங்க வைக்கிறாய் என்னை.
சொல்கிறேன் கேள்.
ஒரு கல்லை ஒருவர்க்குக்
கொடுத்துப்பார்.
கொடுத்தவர் வாசனை வாங்கியவர்க்கும்
வாங்கியவரின் வாசனை கொடுத்தவர்க்கும்
கல் கொடுக்கும்.
என்றது கல்.

கல்பேச்சு—91

இரும்பு போல் வலிமை
உண்டா உங்களுக்கு
என்றேன் நான்.
நங்கூரக்கல்லைத்
தொட்டுப்பார்.
என்றது கல்.

கல்பேச்சு—92

வாகனச்சக்கரம்
நகராமலிருக்க வைக்கும் கல்
சத்தியத்துக்குக்
கட்டுப்பட்டதா
என்றேன் நான்.
அறிவியலுக்குக் கட்டுப்பட்டது.
என்றது கல்.

கல்பேச்சு—93

புடலையின் நுனிக்கற்களுக்கு
புடலங்காய் வளரும்வரைதான்
வாழ்வா.
என்றேன் நான்.
சந்திர சூரியர்உள்ளமட்டும்
வாழ்வுண்டு எங்களுக்கு
என்றது கல்.

கல்பேச்சு—94

ஆயிரம் படிக்கல் மலை ஏறுதலை எளிதாக்கும் சூத்திரம்சொல்
என்றேன்.
முதல் பத்துப்படியையும்
கடைசிப் பத்துப்படியையும்
கஷ்டப்பட்டு ஏறிவிடு.
என்றது கல்.

கல்பேச்சு—95

படிகக்கல் மாலை
ஆன்மீகமாகுமா
என்றேன் நான்.
உடல் குளிர்ந்து
மனம் குளிரப் பயிற்றும்.
என்றது கல்.

கல்பேச்சு —96

மனமயக்கம்
உனக்கு உண்டா
என்றேன் நான்.
கண்டகக்கல்லை அறிவாயா?
கிளியோபாட்ரா வின்
கண் இமையில் படிந்து
விழுந்த எனக்கு
எல்லா மயக்கங்களும் உண்டு
அப்போது என் பெயர்
லாபிஸ் லசூலி.
என்றது கல்.

கல்பேச்சு—97

கல்லுக்குள் ஈரம்உண்டா என்றேன் நான்.
கல்லணை என்பது என்னவாம்?
என்றது கல்.

கல்பேச்சு—98

படிப்பதில் ஆசை உண்டா
என்றேன் நான்.
எழுத்தில் ஆசை உண்டு.
அப்போதெல்லாம்
முதல் அகரம் பழக்கியது
சிலேட்டுகளாய் இருந்த நாங்கள்தான்.
என்றது கல்.

கல்பேச்சு —99

எப்போதேனும்நெகிழ்ந்து விம்மியதுண்டா
என்றேன்.
ஆலயம் முழுதும்
படைத்த பெருங்கல் தச்சன்.
வருவோர் பாதம் பட
வாயிலின் தரைக்கல்லில்
தன் உருவம் செதுக்கியபோது
நடுங்கி விம்மியதுண்டு.
படைப்பின் பெருமை
படைப்பில் உண்டு.
படைத்தவனின்ஆணவத்தில் இல்லை உணர் நீ.
என்றது கல்.

கல்பேச்சு—100

கல் பேசுமா?
எல்லோரிடமும்
என்றேன் நான்.
கேட்கும் காதுகள்
இருப்போரிடம் பேசுவேன்.
உற்றுக்கேள்.
என்றது கல்.

ஜே. மஞ்சுளாதேவியின் நூல்கள்

1. மானுடம் பாடிய வானம்பாடிகள் (2004) ஆய்வுநூல்
2. கண்ணதாசனின் கவிமொழி (2007) கட்டுரைத்தொகுப்பு
3. இலக்கிய முகங்கள் (2007) கட்டுரைத்தொகுப்பு
4. பாப்பாவின் நட்சத்திரம் (2008) கவிதைத்தொகுப்பு
5. வானம்பாடி கவிதைகள் (2013) தொகுப்புநூல்
6. சுற்றிலும் மனிதர்கள் நகர்ந்து கொண்டே இருக்கிறார்கள் (2016) கவிதைத் தொகுப்பு
7. ஞானியின் மார்க்சியம் 100 (2016) தொகுப்பு நூல்
8. காற்றாய் புயலாய் (2016) பெண் எழுத்தாளர்களின் சிறுகதைத் தொகுப்பு
9. நிலா தெரியாத அடர்வனம் (2017) கவிதைத்தொகுப்பு
10. ஞானி வாசகம் நானூறு (2017) தொகுப்பு நூல்
11. இனி ஒரு போதும் கடவுளுடன் பேசமாட்டோம் (2020) கொரோனாக் கவிதைகள் தொகுப்பு
12. உழத்தி (2020) கவிதைத் தொகுப்பு
13. ஒரு நாப்கின் கவிதையும் மற்றும் சில கவிதைகளும் (2021) கவிதைத் தொகுப்பு
14. கவிதையே வாழ்வாக (2021) கவிஞர் சிற்பி பற்றிய கட்டுரைத் தொகுப்பு
15. ஆண்களின் கனிவான கவனத்திற்கு (2022) கவிதைத் தொகுப்பு
16. இரயில் கோமாளிகள்(2022) கவிதைத் தொகுப்பு
17. கோவை ஞானி (2022) இந்திய இலக்கியச்சிற்பிகள், சாகித்ய அகாடமி

www.ingramcontent.com/pod-product-compliance
Lightning Source LLC
LaVergne TN
LVHW100305051026
849517LV00006B/2200
* 9 7 8 9 3 9 5 5 1 1 6 8 1 *